# ऋणानुबंध

सुनीता देवस्थळी

मेहता पब्लिशिंग हाऊस

Please contact us at **Mehta Publishing House Pvt. Ltd.**
✆ +91 020-24476924 / 24460313 / Mob. No. 9545000513
Email : production@mehtapublishinghouse.com
Website : www.mehtapublishinghouse.com

- *या पुस्तकातील लेखकाची मते, घटना, वर्णने ही त्या लेखकाची असून त्याच्याशी प्रकाशक सहमत असतीलच असे नाही.*

**RUNANUBANDH** by SUNITA DEOSTHALI

**ऋणानुबंध :** सुनीता देवस्थळी / कथासंग्रह



author@mehtapublishinghouse.com

संस्थापक : सुनील अनिल मेहता

प्रकाशक : मेहता पब्लिशिंग हाऊस प्रा. लि.
१९४१ सदाशिव पेठ, माडीवाले कॉलनी, पुणे ४११०३०.

मुद्रक : ट्रिनिटी ॲकॅडमी फॉर कॉर्पोरेट ट्रेनिंग लिमिटेड

मुखपृष्ठ : सतीश भावसार

प्रथमावृत्ती : नोव्हेंबर, २०२२

किंमत : ₹ २३०

P Book ISBN 9789395477796
E Book ISBN 9789395477802
E Books available on : amazonkindle Apple Books Google Play Books

---

गुजरातेत राहूनसुद्धा माझ्यात मराठी साहित्याची जाण आणि आवड
निर्माण करणारी व माझ्यातल्या लेखिकेला आणि कवयित्रीला सतत प्रोत्साहन
देणारी माझी प्रिय आई
**कै. श्रीमती सरला हेगडे** हीस
तसेच
विवाहानंतर माझ्या लेखनकार्यास सर्वतोपरी प्रोत्साहन देणारे माझे पती
**श्री. प्रभाकर देवस्थळी** यांस

# मनोगत

समाजात वावरताना विविध प्रकारचे लोक पदोपदी आपल्याला भेटत असतात. प्रत्येक व्यक्तीच्या जीवनात डोकावता आलं तर एक वेगळीच कहाणी आपल्या नजरेस पडेल; पण कोणत्याही दुसऱ्या व्यक्तीच्या जीवनात तेवढं डोकावण्याचा आपल्याला अधिकार नसतोच! त्या त्या व्यक्तीला आलेले भलेबुरे अनुभव तिच्या मूळ स्वभावात मिसळून तयार झालेलं रसायन मनुष्यरूपात समाजात आपल्या समोर वावरत असतं. त्यांची सुखं, त्यांची दुःखं, त्यांच्या अडचणी, त्यांच्या वाट्याला आलेले बरेवाईट प्रसंग, कधी त्यांनी परके आपले होताना अनुभवणं, तर कधी आपले म्हणवले जाणाऱ्यांनी त्यांच्या मनावर ओरखडे उठवणं, हा अनुभव थोड्याफार फरकाने प्रत्येकालाच येत असतो. खरं तर बऱ्याचदा या साऱ्यातून जाताना प्रत्येकाच्या मनावर प्रचंड ताण निर्माण होत असतो आणि माणसाच्या तोंडून आपसूकच 'जड झाले ओझे' म्हणणारा एक दीर्घ निःश्वास निघत असतो.

प्रस्तुत कथासंग्रहात भेटणारी पात्रं कदाचित त्यामुळेच वाचकांना त्यांच्या सभोवती कुठेतरी भेटल्याचंही जाणवू शकेल; परंतु या पुस्तकातलं प्रत्येक पात्र हे केवळ काल्पनिक आहे. त्यावर फक्त मनुष्याच्या सहजभावनांचा मुलामा चढवलेला आहे इतकंच!

बँकेच्या नोकरीत अनेक प्रकारचे लोक भेटले. घटाघटाचं वेगळं रूप अनुभवास आलं. भेटलेल्या प्रत्येक व्यक्तीमध्ये लपलेली ती वेगळीच कथा मला खुणावत असल्याचं जाणवत होतं. शेजारीपाजारी, नातलग, मित्र-मैत्रिणी यांच्यात मिसळताना आलेले अनुभव आणि सहज जाता-येता भेटलेल्या लोकांचे आणि समाजात घडणाऱ्या घटनांचे मनावर उमटलेले ठसे स्वस्थ बसू देत नव्हते. ते सारं माझ्या कल्पना-आविष्कारातून शब्दबद्ध करायला हात शिवशिवत होते.

या सगळ्या लोकांहून मीही काही वेगळी नव्हतेच. माझी दुःखं थोड्याफार फरकाने वेगळी असतीलही कदाचित; पण माझ्या संसाराची हीच सुखदुःखं उरी कवटाळून मी सव्वादोन तपं नोकरी सांभाळत उरापोटी धावले. कदाचित म्हणूनच असेल; पण माझ्या 'ऋणानुबंधां'नुसार भेटत गेलेल्या लोकांमधून माझ्या कथेतील पात्रांशी मी तादात्म्य साधू शकले. या माझ्या प्रवासात मला प्रत्यक्ष म्हणा किंवा

अप्रत्यक्षही असेल; पण मदतीचा हात देणाऱ्या प्रत्येकाची मी सदैव ऋणी राहीन.

बालपणी उन्हाळ्याच्या सुट्टीत आई तिच्या शाळेच्या लायब्ररीतून शाळेच्या शेवटच्या दिवशी ढिगाने पुस्तकं घरी आणायची. (त्यादरम्यान ती पुस्तकं शाळेत तशीही नुसतीच पडून राहणार असायची.) आम्हाला ती पर्वणीच असायची. वेड्यासारखं वाचन केलं. परीकथा, सिंदबादच्या सफरी आणि फास्टर फेणेपासून श्रीमान योगी, ययातिपर्यंत सारं काही त्या त्या वयात अधाश्यासारखं वाचून काढलं. पु.ल. आणि व.पु. यांना कथाकथन करताना मनोभावे ऐकलं. तेव्हाच कधीतरी लेखनाचं बीजही मनात रुजलं. वाटलं, आपणही असंच लिहावं. हात लिहिता ठेवला; पण त्या लेखनाला अनुभवाची खोली नव्हती. अनुभव जमेस आले, तेव्हा संसारात आकंठ बुडालेली होते. सकस लेखनाला लागणारी शांतता मिळणं केवळ अशक्य होतं.

संधी मिळताच ऐच्छिक सेवानिवृत्ती घेऊन गेली दहा वर्षं या क्षेत्रात चाचपडतेय. माझ्या पहिल्याच 'दुधावरची साय' या कथेला माझ्या दोघीही तरुण मुलींनी उत्तम दाद दिली आणि पुढील कथांनाही देत राहिल्या. त्यामुळे तरुणांनाही या कथा आवडतील, असा विश्वास वाटला.

माझ्या या साहित्यिक धडपडीला मेहता पब्लिशिंग हाऊसने मोलाची, सकारात्मक साथ दिली, त्याबद्दल मी त्यांची अत्यंत ऋणी आहे.

**– सुनीता देवस्थळी**

# अनुक्रमणिका

**सकाळी आईचा फोन** आल्यापासून उर्वशीची बेचैनी सुरू झाली. दोन दिवसांनी आई आणि दादा महिनाभरासाठी इकडे येतायत. खरं तर उर्वशीने आनंदून जायला हवं होतं. गेल्या महिन्यात श्रीची आत्या आली होती. चांगली पंधरा दिवस राहिली होती. श्रीही जणू तान्हं बाळ झाला होता. पन्नास वर्षांचा झाला तरी आत्याच्या मांडीत डोकं काय घुसळत होता, लाडेलाडे तिच्या खांद्यावर डोकं ठेवून कुरवाळून काय घेत होता! श्रीसुद्धा आत्याच्या तावडीत आणि स्वयंपाकघरही. भाच्याच्या आवडीचं काय करू आणि काय नाही, असं झालं होतं आत्याचं.

निशीचं काय वेगळं होतं? आत्याआजीच्या पलीकडे कार्टीला काही सुचत नव्हतं. नाही म्हटलं तरी उर्वशीला त्या पंधरा दिवसांत आराम तर मिळालाच होता; पण तरीही काहीतरी खटकत होतं. आपल्या साम्राज्यावर दुसऱ्या कोणी कबजा केल्यासारखं वाटत होतं. शिवाय श्रीच्या बालपणीच्या आठवणी काढत आत्या निशीच्या चांगल्या चांगल्या गुणांना 'तिनं कसं श्रीकडून उचललंय हो!' म्हणून नावाजत. आणि निशी हट्टी आहे, आळशी आहे म्हटलं तर म्हणायच्या, "असा नव्हता हो माझा श्री! कुणाचा बरं हा गुण?" हे म्हणताना खोचक नजर आपल्याकडे!

अस्सा राग यायचा उर्वशीला! 'आता आईला इकडे येऊ दे. चांगला वचपा काढते याचा!' असं त्या वेळी उर्वशी जरी म्हणाली असली, तरी प्रत्यक्षात मात्र आई येणार म्हणताच तिला धडकी भरली.

आईचं सोवळंओवळं, व्रतवैकल्यं, जुनी पारंपरिक मतं आणि मॉड निशी... कसं रेटणार महिनाभर? मुलींनी कसं राहावं याविषयीची तिची मतं उर्वशीच्या अंगवळणी पडली होती; पण आधुनिक, शहरी विचारांच्या निशीची राहणी, तिचं वागणं, बोलणं यातलं काहीकाही आईला मानवणारं नव्हतं. गेल्या खेपेला आई आली, तेव्हा निशी तशी लहान होती. तेव्हाची गोष्ट वेगळी होती.

शिवाय गैरशिस्त निशीला अस्ताव्यस्त पसाऱ्यात राहायची सवय झालीय. सगळ्या गोंधळातून जे हवं ते हवं त्या वेळी तिला कसं मिळतं, याचं उर्वशीला

# दुधावरची साय

नेहमीच अप्रूप वाटायचं. एकदा उर्वशीला जरा वेळ मिळाला म्हणून तिने तिची रूम आवरून ठेवली, तर त्या दिवशी निशी गाल फुगवून म्हणाली, ''आई, नको गं आवरत जाऊस माझी रूम! माझ्या प्रत्येक गोष्टीच्या जागा ठरलेल्या असतात. तू आवरलंस की, मला शोधाशोध करावी लागते.''

आईने येऊन अशा तिच्या खोलीत प्रवेश करताच ती म्हणणार, ''काय गं हा उकिरडा! वसू, तुझ्याकडून ही अपेक्षा नव्हती! जरा म्हणून रीत लावली नाहीस मुलीला. मुलीची जात तिची. पुढे जाता...'' वगैरे वगैरे.

त्यावर निशी म्हणणार, ''आजी, माझी रूम आहे ना ही! मी बघीन काय ते. तू येऊ नकोस इथे, म्हणजे झालं! आणि हे मुलीची जात, मुलीची जात काय करतेस? मुलांनी कसंही राहिलं तरी चालतं का? जुनी झाली तुझी मतं आता.''

शब्दाने शब्द वाढणार आणि आपलं पुरतं सँडविच होणार! दोन पिढ्यांच्या दोघींमधल्या अंतराला आपण कसे पुरे पडणार? नुसती रस्सीखेच होणार आपली! दोघीही ऐकणार नाहीत. बदलत्या जगाचे बदलते रंग आईला पचणार नाहीत आणि निशीच्या मते आईच्या 'बुरसटलेल्या' मतांवर निशी तुटून पडणार!

घरात प्रत्येक बाबतीत रंगणाऱ्या तुंबळ युद्धाची उर्वशी कल्पना करत होती. युद्धाची तीव्रता होता होईल तेवढी कमी करण्यासाठी उर्वशी निशीच्या खोलीत धावली.

तिने सभोवताली नजर फिरवली. भिंतीवर लावलेला रणबीर कपूरचा फोटो भराभरा ओढून काढून तिने निशीच्या कॉटखाली कोंबला, बॅक स्ट्रीट बॉइजच्या भिंतीवरच्या सगळ्या गोऱ्या गायकांना कपाटाची अंधारकोठडी फर्मावली, मडोनाचे गातानाचे उघडेवाघडे फोटोज स्टडी टेबलच्या मागे भिंतीच्या सुपूर्त केले. आई आजच येणार असल्यासारखी चादरी-उशा सारख्या केल्या, कॉम्प्युटरवरची धूळ झटकली आणि सहज तिचं लक्ष टेबल कॅलेंडरवर चिकटवलेल्या कागदावर गेलं. हाताने लिहिलेली कविता? निशी कधी कविता करायला लागली? की तिला कोणी... उर्वशीची धडधड एकाएकी वाढली. पोरगी आता तरुण झालीय... कोणी लिहिली असेल? तिच्यासाठी? स्वत:ला सावरत पाहिलं वाक्य वाचत तिने कॅलेंडर हातात घेतलं, 'तुम बहुत खूबसुरत हो'... कोण असेल हा? कार्टीचं लक्षण ठीक नाही. भिरभिरत्या डोळ्यांनी उर्वशीने पुढे वाचायला सुरुवात केली, 'तुम बहुत इंटेलिजन्ट हो.' थरथरणारे पाय सावरत उर्वशी गपकन खुर्चीवर बसली आणि पुन्हा वाचायला लागली.

> तुम बहुत खूबसुरत हो,
> तुम बहुत इंटेलिजन्ट हो,
> तुम बहुत स्मार्ट हो,

अगर तुम्हे ऐसा लागता है,
तो तुम बहुत बेवकूफ हो ।

शेवटचं वाक्य वाचलं आणि एकटी असूनही उर्वशीला खदखदून हसू आलं. क्षणभरापूर्वी आपल्या मनात आलेल्या विचारांनी ती खजील झाली. स्वत:चे पाय जमिनीवर ठेवणाऱ्या या आधुनिक मुलांची आधुनिक सुभाषितं पाहून तिला कौतुक वाटलं. त्यावरची धूळ झटकून तिने ते व्यवस्थित जागेवर ठेवलं आणि ती निशीच्या वॉर्डरोबकडे वळली. दार उघडताच आतून कशाकशाचा कडेलोट होणार या भीतीने तिने हळूच दार उघडलं. अपेक्षेप्रमाणे निशीच्या बहुतेक सगळ्याच कपड्यांनी तिच्या पायाशी लोळण घेतली. शरण आलेल्यांना तिने उचलून उराशी कवटाळलं आणि कॉटवर बैठक मारली. एकेक कपड्याची घडी घालता घालता मिनी स्कर्ट्स, स्पगेटी टॉप्स, फ्लॅप स्कर्ट वगैरे प्रजेची इतर कपड्यांपासून फारकत केली आणि आई इथे असेपर्यंत तरी त्यांनी बाहेर येऊ नये यासाठी वॉर्डरोबच्या अगदी खालच्या खणात त्यांच्यासाठी व्यवस्थित जागा केली. बाकीचे कपडे जागेवर ठेवून ती पुस्तकांच्या टेबलाकडे वळली. ड्रॉवर उघडला आणि आ वासून ती त्या ब्रह्मांडाकडे पाहत राहिली. पंधरा-वीस फ्रेन्डशिप बँड्स, रबर्स, पेन्सिली, पेनं, पैसे, शार्पनर, कागदांचे बोळे, सिनेमाची जुनी तिकिटं, लॉकिट्स, इअररिंग्ज, ब्रेसलेट्स, कॅल्क्युलेटर, हेअर पिन्स, हेअर बँड्स, दोन-चार सीडीज, पेन ड्राइव्ह, स्केच पेनं, आयडेंटिटी कार्ड्स, तीन-चार प्रकारच्या की-चेन, त्यांच्यापासून विभक्त झालेले सुपरमॅन, डॉल, घुंगरू वगैरे वगैरे... त्या ड्रॉवरची सामावून घेण्याची कॅपॅसिटी आणि त्यातून हवं तेव्हा हवं ते शोधून काढू शकणारी निशीची शोधक नजर, दोन्हीचं कौतुक करत तिने ड्रॉवर तसाच बंद केला. सगळे फ्रेंडशिप बँड्स आणि सुपरमॅन वगैरे प्रजेला कचऱ्याच्या डब्यात टाकण्याची स्तुत्य आयडिया उर्वशीला सुचली होती; पण निशीच्या मते त्यांची असलेली 'सेंटिमेंटल व्हॅल्यू' जपण्यासाठी तिने तो मोह आवरला. वरच्या फळीवर जॅकी कॉलीन, सिडनी शेल्डन आणि हॅरी पॉटर यांना जागच्या जागी ठेवल्यावर उर्वशीने थोडा श्वास घेतला. मुख्य सेन्सिटिव्ह एरिया तिने 'तुका म्हणे त्यातल्या त्यात' आईच्या दृष्टीला खटकणार नाही असा केला आणि आईच्या स्वागताच्या दृष्टीने इतर तयारीला लागली.

"मम्मा, व्हेअर इज माय स्वीटू?" जवळजवळ किंचाळलेला निशीचा आवाज ऐकून उर्वशी धावतच तिच्या रूममध्ये गेली. रणबीर कपूरचा फोटो लावलेल्या भिंतीकडे भकास नजरेने बघत निशी विचारत होती.

"बेटा, आजी येतेय ना परवा, तिला ते नाही आवडणार म्हणून मी तो काढला. तुझ्या कॉटखाली ठेवलाय. ती परत गेली की परत लावू. ओके?" उर्वशी

समजावणीच्या स्वरात म्हणाली.

"सो व्हॉट, ममा? मला पण आजीच्या काही थिंग्स आवडत नाहीत. आय रिमेंबर, टू-टू अवर्स ती गॉडपाशी बेल वाजवत मोठ्यामोठ्याने प्रेअर म्हणते. किती डिस्टर्ब होतं माहितीय? आय डोन्ट लाइक दॅट."

"मला समजतंय बेटा; पण ती माझी आई आहे. माझ्यासाठी एवढं समजून घेशील ना?"

"आय हेट ऑल धिस." म्हणत पाय आपटत निशी तिथून निघून हॉलमध्ये टीव्हीपाशी जाऊन बसली.

"मग काय, आई येणार म्हणून खूश दिसतंय एक जण." पाय आपटत जाणाऱ्या निशीकडे पाहत श्री उर्वशीला मिश्किलपणे विचारत होता.

'अब जो होगा वो देखा जायेगा' असा विचार करत उर्वशी निमूटपणे कामाला लागली.

आई-दादा आल्यानंतरचे दोन दिवस शांततेत गेले. आई आल्या आल्या निशीने जाहीर केलं...

"आजी, देवाची पूजा सध्या मीच करते."

एकाच वेळी या वाक्यासरशी श्री, उर्वशी, दादा, आई सगळेच हादरले. उर्वशीच्या आ वासलेल्या तोंडाची पर्वा न करता निशी आजी बसली होती तिथे धावत गेली. गुडघ्यावर बसून तिच्या मांडीत डोकं घुसळत ती पुढे म्हणाली, "आजी, तू आली आहेस तर आराम करायचा. अगदी पूजासुद्धा करायची नाही. टीव्ही बघ, झोप, आराम कर, मस्त फिर. काय आजोबा! आजीबरोबर एन्जॉय करणार ना?"

"मोठी झाली हो माझी बाय ती!" आईने तिला गोंजारत कानाशी काड्या मोडल्या. "करीन हो, तू म्हणतेस तर आराम करीन, तसंही हल्ली जरा काम पडलं, की थकायला होतं."

"म्हणून तर म्हटलं ना, अगदी देवाची बेलही हातात घेऊ नकोस."

"घंटा म्हणतात बाळ त्याला."

"तेच ते. कशाला टिंगटिंग करत हात दुखवायचे?"

"पद्धत आहे बाळा देवपूजेची."

"त्यामुळे काय होतं?"

"देव जागे होऊन पाहत असतील कोण पूजा करतंय ते."

"झोपलेल्याला असं डिस्टर्ब करत नाहीत ना आजी."

"वेडाबाई, देव कधी झोपतो का?"

"तूच तर म्हणालीस, देव जागे होऊन पाहत असतील."

"शब्दांत पकडते हो वसू तुझी मुलगी. हुशार आहे हो, अगदी बापाच्या वळणावर गेलीय."

'ब्रूटस यू टू!' असं ओरडावंसं उर्वशीला वाटलं. आत्या तर आत्या, आईसुद्धा! पण तेवढ्यात "मी शब्दांत पकडतो की काय तुम्हाला?" या श्रीच्या वाक्यासरशी सगळे खळाळून हसले आणि कसं का होईना, आईचं येणं तरी सुरळीत पार पडलं, या विचाराने उर्वशीही हसण्यात सामील झाली.

आई येऊन आठ दिवस झाले, तरी घरात पूजेची घंटा किणकिणली नाही. उर्वशीला थोडं चुकल्याचुकल्यासारखं झालं. नाही म्हटलं, तरी तो घंटानाद तिच्या बालपणीच्या आठवणींशी निगडित होता. उर्वशी लहान असताना पहाटेची जाग तिला त्या घंटानादानेच तर येत होती. उठल्याउठल्या कसं प्रसन्न वाटायचं. बाहेर चिवचिवणारा पक्ष्यांचा आवाज आणि घरात पूजेचा घंटानाद. उर्वशीच्या दिवसाची सुंदर सुरुवात व्हायची. हल्ली सिमेंटच्या या ठोकळ्यांमध्ये पक्षी फारसे दिसत नाहीत आणि आई घरात असूनही घंटानाद नाही.

निशी देवाची पूजा कशा प्रकारे करत होती, ते तो देवच जाणे! पण फुलं, निरांजन आणि उदबत्तीने देव सुशोभित आणि वातावरण सुगंधित होत होतं, हे मात्र खरं. सोबतीला 'रघुपती राघव राजाराम'चं पॉप म्युझिक आयपॉडवरून एका कानात आणि कानातून तोंडाद्वारे बाहेर पडत होतं. सोबतीला आजी चिपळ्या वाजवल्यासारखे हात करून तिच्या सुरात सूर मिसळत होती.

"ही कुठली गं चाल 'रघुपती राघव'ची?"

"मॉडर्न फ्यूजन आहे ते, आजी."

"छान वाटतंय. आतून तालावर डोलण्याची ऊर्मी येतेय. नाही?"

"तुझ्या कानात हे घालून ऐक." असं म्हणून निशीने इअरप्लग आजीच्या कानात सरकवले; तसे आजीने ते पटकन दूर केले.

"बाई गं, कान फाटतील. किती तो मोठा आवाज! आणि येतोय कुठून?"

निशीने टी शर्टच्या खिशातून ते दोनइंची यंत्र बाहेर काढून आजीला दाखवलं, "यातून."

"यातून? एवढ्या छोट्या यंत्रातून? ऐकावं ते नवलच बाई!"

"आता जग छोटं छोटं होतंय आजी. घे, आवाज बारीक करते. ऐक."

आजीने कानाला यंत्र लावलं आणि डोलतडोलत ती हॉलमध्ये गेली.

तव्यावर टाकलेली पोळी जळली, तरी उर्वशी हे सारं बघत उभी राहिली. सहज

तिचं लक्ष निशीकडे गेलं. ती डोळे मिचकावून हसत होती.

''वाकडंतिकडं नाचायला आज काय अंगात आलेलं दिसतंय.'' तिकडे दादा हॉलमध्ये आईकडे विचित्रपणे पाहत विचारत होते. आईने एक इअरप्लग शेजारी बसून त्यांच्याही कानाला लावला आणि दोघंही 'रघुपती राघव'मय झाले.

''मला सांग आजी, काय वाईट आहे यात?''

''अगं, असं मांड्या दाखवत नाचणं बरं दिसतं का?''

''अख्खंच्या अख्खं माणूस दिसतं, ते न पाहता तुम्ही फक्त मांड्याच का पाहता?''

''अगं निशी, ते साहजिकच नाही का?''

''नाही. तो आपल्या नजरेचा दोष आहे.''

टीव्हीवर 'कहो ना प्यार है' पाहता पाहता निशी आणि आजी-आजोबांचा 'सुखसंवाद' सुरू झाला आणि उर्वशीने कान टवकारले.

''बरं, मानलं की नजरेचा दोष आहे; पण ती माणसाची सहज प्रवृत्ती नाही का? कशाला त्या नट्यांनी असे उत्तेजक कपडे घालायचे?''

''आपण ना हृतिक रोशनचा आदर्श ठेवला पाहिजे, आजी. अख्खा नाच ती त्याच्यापुढे नाचली; पण त्याने एकदा तरी पाहिलं का तिच्या मांड्यांकडे?''

निशीच्या या वक्तव्याला आजी-आजोबांनी मान्यता दिली आणि उर्वशीने कपाळाला हात मारला.

''पण तरीही मुलींना शोभत नाहीत असले कपडे,'' आजीने तरीही स्वत:चा मुद्दा पुढे मांडला. ''पूर्वीच्या सिनेमात नव्हते बाई हिरोईनचे असले कपडे!''

''असलं नाचण्यासाठी स्पेशली कॅब्रे डान्सर्स असायच्या बरं का, निशी.'' आजोबांनी पुष्टी जोडली.

''पण त्याही मुलीच ना?'' – निशी.

''हो, पण त्यांनी तो पेशा म्हणून निवडला होता ना!'' – आजोबा.

''मग या हिरोईनला कुणी फोर्स केलाय का? तिचाही तो तुम्ही म्हणता तसा पेशाच आहे ना?''

''तुझ्यापुढे ना बाई!....'' आजीने कोपरापासून हात जोडले. ''बोलण्यात कशी हां-हां म्हणता हरवतेस बघ!''

''पण त्या वेळचे कॅब्रेसुद्धा अश्लील नव्हते. हेलन तर काय नाचायची सांगतो तुला!'' आजोबा हार न मानता म्हणाले.

''असं कोण म्हणतं?'' – निशी

''पेपरातच परीक्षण यायचं तसं.'' – आजोबा

"म्हणून तुम्ही म्हणता? कॅब्रे तो कॅब्रेच. त्यातून तसं काही अपील होत नसतं, तर ठेवले कशाला असते पिक्चरमध्ये? कोणी काहीही लिहितो आणि आपण मान्य करतो." निशी पुढे म्हणाली, "असं काय या पिक्चरमध्ये अश्लील आहे, जे हेलनच्या कॅब्रेत नाही? हल्लीच्या जनरेशनला ठेवायची म्हणून नावं ठेवता. प्रत्येक नेक्स्ट जनरेशन बदलतेच आहे ना? तुम्हीही तुमच्या आधीच्या जनरेशनपेक्षा बदललातच की!"

"काय बदललो बाई आम्ही?" कौतुकाने नातीकडे पाहत आजी विचारत होती.

"हे बघ आजी, तुझी आई नऊवारी नेसायची, तू पाचवारी नेसतेस, ममा पंजाबी ड्रेस घालते आणि मी स्कर्ट. हे अपेक्षित नाही का?" निशीने समजावलं.

"आणखी पुढच्या पिढीकडून काय अपेक्षा आहेत?" आजोबांनी मिश्कील हसत विचारलं.

"ते त्यांचं त्या बघतील ना! आपण कशाला बॉदर करायचं? ज्या त्या वेळच्या लोकांनी ज्या त्या वेळेप्रमाणे ड्रेस घालावेत. हो की नाही?" आजी-आजोबांनी होकारार्थी मान झुलवताच निशी जागची उठली.

"ममा, रिंकीकडे रात्री बर्थडेची डिनर पार्टी आहे. नाइन थर्टीपर्यंत परत येईन." असं म्हणत ती तयार व्हायला रूममध्ये पळालीसुद्धा!

तशी निशी आणि आई-दादा एकमेकांशी व्यवस्थित जुळवून घेत असल्याची आतापर्यंत जरी उर्वशीला खात्री पटलेली असली, तरीही आता निशी कोणत्या अवतारात बाहेर पडेल आणि त्यावर आईची प्रतिक्रिया काय असेल, या धाकधुकीत उर्वशी हॉलमध्येच बसून राहिली.

"वसूची पोरगी चुणचुणीत आहे. अगदी वसूसारखी." तिची आई दादांना सांगत होती. वसूकडे पाहून तिने विचारलं, "काय गं वसू, ही बर्थडे पार्टीला जातेय; पण हल्ली ऐकतो ती रेव्ह पार्टी काय असते?"

निशीने तेवढ्यात रूमचा दरवाजा उघडला आणि तिथूनच मोठ्याने ओरडून ती आजीला म्हणाली, "आजी, मी आज जातेय ती पार्टी आणि रेव्ह पार्टीमध्ये पूर्वीच्या हिरोईन आणि कॅब्रेडान्सरइतका फरक आहे. मी हिरोईनवाल्या पार्टीला जातेय. डोन्ट वरी."

उर्वशीने पाहिलं, आई-दादा मान डोलावून हसत होते. तिला हायसं वाटलं... आता राहीनात आई-दादा इकडे कितीही...

**(माहेर – जुलै, २००८)**

❖

**धापा टाकत राधाने** आपल्या पाचव्या मजल्यावरच्या फ्लॅटमध्ये प्रवेश केला, तेव्हा माधव आणि त्याच्या आईने – राधाच्या सासूबाईंनी – एकमेकांकडे पाहून नेत्रपल्लवी केली. त्या दोघांचं गालातल्या गालात हसणं राधाच्या चाणाक्ष नजरेने बरोबर हेरलं. एका हातात केमिस्टकडून आणलेलं सामान, दुसऱ्या हातात भाजीची पिशवी आणि खांद्यावर पर्स अशा अवतारातही खरं तर कृतकृत्य झाल्यासारखी ती घरात प्रवेशली होती. आज रात्री अवनी आणि आकाशसाठी ती गाजर घालून पालकसूप करणार होती. किंचितसा बिटाचा तुकडा आणि वरून मुलांना आवडेल असं 'प्रोटीनसे भरपूर चीज'ही किसून घालणार होती.

"अ, आ अजून आले नाहीत घरी?" दोघांच्या नेत्रपल्लवीकडे दुर्लक्ष करत हातातल्या पिशव्या सोफ्याशेजारी टेकवून ठेवत राधाने माधवला विचारलं आणि ती बदकन सोफ्यावर बसली.

"कोण?" – माधव.

"आपल्या मुलांविषयी विचारतेय मी माधव."

"ओके, ओके! म्हणजे अवनी आणि आकाशबद्दल विचारतेयस का? मग अ आ इ ई काय करतेयस? सरळ नावं घे की!" माधव मिश्कीलपणे बोलला आणि पुन्हा एकदा सासूबाईंनी आणि त्याने एकमेकांकडे पाहून गालातल्या गालात हसून घेतलं.

"एनर्जी सेव्ह करण्यासाठी शक्य तेवढं कमी बोलावं, असं आजच्या पेपरातल्या परिसंवादाच्या पुरवणीत वाचलंय."

"धन्य आहे गं बाई तुझ्यापुढे!" सासूबाई कोपरापासून हात जोडत म्हणाल्या. "आता आज हे खूळ का?"

"हे खूळ नाही आई. मी प्रत्यक्ष अनुभव घेतलाय. दिवसभर आज ऑफिसात शक्य तेवढं मौन पाळलं आणि आत्ता चक्क लिफ्टशिवाय पाच मजले चढून वर आले की नाही मी?" तिने हिरिरीने आपला मुद्दा पटवत विचारलं.

# वेड लागले राधेला

"लिफ्टने आली असतीस, तर ही एनर्जी वाचली नसती का?" माधवने सवयीने राधाला डिवचलं.

"परिसंवादामध्ये लिहिलंय तसं की, लिफ्टशिवाय जिने चढ-उतर करा, हृदय मजबूत होतं, कॅलरीज बर्न होतात आणि बांधा सुडौल होतो." पायऱ्या चढून आल्यामुळे आलेला घाम पुसत राधाने वाचलेलं जेवढं आठवलं, तेवढं सांगितलं.

"सुडौल बांधा? तुझा तर डौलच गेला गं वर चढेपर्यंत. तांदळाच्या पोत्यासारखी बद्कन बसलीस त्या सोफ्यावर!" माधव खदाखदा हसत म्हणाला.

"नाही तर काय?" जागेवरून उठत सासूबाई म्हणाल्या. "बरं, असू दे. बस जरा आरामात. चहा टाकते तुझ्यासाठी."

"नको आई, चहा हाय कॅलरीज देतो. मी त्यापेक्षा नुसतं गरम पाणीच पिते."

"अगं, सकाळी फक्त काकड्या खाऊन गेलीस, डब्यात उकडलेला कोबी आणि बेचव उपीट! मीठ कमी, तिखट कमी, साखर नाही; अशानं कसं होणार गं तुझं? काहीतरी खूळ घेऊन बसतेस डोक्यात. आम्हाला चालेल हो आमची सून बाळसेदार!" सड़सडीत अंगकाठीच्या सासूबाई म्हणाल्या.

"नाहीतर काय? 'खाते-पिते घर की' बायको वाटायला नको?" राधाच्या बाळसेदार अंगकाठी(?)ला चिडवण्याची ही संधी माधव कसा सोडेल?

पण आता राधाला माधवकडे बघायला फुरसत नव्हती. अ आणि आ यायच्या आधीच त्यांच्यासाठी सूप, सॅलड, उसळ करायला सुरुवात करणं आवश्यक होतं. नाही तर कार्टी माधवने आणलेल्या क्रीम बिस्किटांचे तोबरे भरणार. किती वेळा माधवला बजावलं, की असलं जंक फूड घरात नको; पण ऐकेल तर तो माधव कसला? मनातल्या मनात माधवला लाखोली वाहत राधाने कंबर कसली.

तेवढ्यात आतल्या खोलीतून दादांची – राधाच्या सासऱ्यांची – हाक ऐकू आली.

"सूनबाई, ऑफिसातून येताना पॅटीस आणली होती माधवने. पोरांनी खेळायला जाण्याआधी बापाला दुवा देत मनसोक्त हाणलीयत. जेवणाची घाई करू नकोस."

राधा गर्रकन वळली. 'आता माधवचं काही खरं नाही' असं सासूबाई आपल्याशीच म्हणेपर्यंत राधा स्वयंपाकघराच्या दारात येऊन ओरडलीच, "माधवऽऽ"

"क...क... काय?" घाबरल्याचं नाटक करत माधव चाचरला.

"क...क... काय करतोस? आता का शब्द फुटत नाही?"

"शब्द न फुटायला काय झालं? मी एनर्जी सेव्ह करत होतो." माधव धीटपणे म्हणाला आणि आईकडे पाहून डोळे मिचकावून हसला. आईने पदर तोंडावर धरला. इकडे दादांनीही खो खो हसत हॉलमध्ये प्रवेश केला.

"दादा, तुम्ही पण ना!" म्हणत माधवने पायांत चपला सरकवत युद्धभूमीवरून

काढता पाय घेतला.

राधा मनात चरफडली. हे रोजचंच झालं होतं. रोज कुठल्या ना कुठल्या पेपरात, मासिकात येणाऱ्या हेल्थ टिप्स ती वाचत होती. काही पुस्तकं तिने खास विकतही घेतली होती. उरलीसुरली कसर टीव्ही, रेडिओ पूर्ण करत होतेच. आहाराविषयीच्या जाहिरातींनी राधेला वेड लावलं होतं. मुलांना काय आणि केव्हा द्यायचं, याचा राधाच्या मनात नुसता गोंधळ झाला होता. सकाळी उठल्यावर मुलांना ताकद के लिये बोर्नव्हिटा द्यावा, कंप्लीट फूड कॉम्प्लान द्यावं की व्हिटॅमिन से भरपूर नो शुगर ऑरेंज ज्यूस द्यावा? मुलांची स्मरणशक्ती वाढवायला शंखपुष्पी द्यावं की केलॉग्ज? शिवाय सॅलड, फळं, डाळी, कडधान्ये, पालेभाज्या, सुकामेवा यांचा, मुलांच्या आवडींचा, त्यांच्या शाळेच्या वेळेचा आणि नोकरी सांभाळून उरलेल्या स्वत:च्या वेळेचा मेळ कसा घालायचा? मुलांना रोज दोन भिजवलेले बदाम, चार मनुका, एक चमचा च्यवनप्राश हे नक्की केव्हा द्यायचं? नुसता गोंधळच गोंधळ...

त्यात मुलांचा व्यायाम नियमित व्हायला हवा म्हणून दूरच्या ग्राउंडवर त्यांना नेण्या-आणण्यासाठी तिने रिक्षा ठरवली होती. जबर फी देऊन आठवड्यातून तीन दिवस अवनीला ती डान्स क्लासला आणि आकाशला गिटार शिकायला पाठवत होती. आणि घरातले सगळे मात्र तिच्या या सगळ्या प्रयत्नांना हसून तिच्या गोंधळात भर घालत होते. राधाची ही सगळी धडपड हा घरात सगळ्यांचा मनोरंजनाचा विषय झाला होता.

आज रविवार. सकाळी सकाळी पेपरातली पुरवणी घेऊन राधा स्वत:च्या वहीत काहीबाही उतरवून घेत असतानाच अचानक काहीसं आठवून दचकून उभी राहिली.

''अगं बाई, विसरलेच! अवनी, ए अवनी, केस सुट्टे करून बस इथे. काल कोरफडीच्या गरात मेथी भिजवून सकाळीच वाटून ठेवलीय. आत्ता आणते आणि तुझ्या केसांना लावून देते.''

''श्शी! ते चिकट! नको गं आई!'' अवनीने नाक मुरडलं.

''अगं, केस कसे मऊ होतात बघ तरी!'' तिला समजावत राधा म्हणाली.

''नो, नाही म्हणजे नाही. ए आजी, सांग ना गं हिला!'' वैतागत अवनीने आजीचा धावा केला.

''हो गं बाई!'' सासूबाई उसासल्या. ''राधे, ते मेथी प्रकरण गेल्या वेळी अवनीचे केस मऊ करण्याऐवजी माझी पाठ मऊ करून गेलेलं विसरलीस का गं? कशी रपकन् घसरले मी त्या सांडलेल्या मेथीवरून. अजून पाय दुखतो आहे माझा.'' न दुखणारा पाय कुरवाळत सासूबाई म्हणाल्या.

''श्शी! आई तुला त्या लगद्यात हात तरी कसा घालता येतो? बिलबिलीत

नुसता!'' आकाशने आपलं अस्तित्व प्रकट केलं. ''आपण बुवा नाही ओळखत अशांना, जे असल्या घाणीत हात घालतात.'' अवनीला चिडवण्यासाठी तिच्याकडे बघत त्याने आपला सूर कायम ठेवत म्हटलं, ''आणि जे केसांनाही लावून घेतात.''

''गाढवा, कोरफड-मेथीत हात घातला म्हणून आईला ओळखत नाही म्हणतोस? थांब थोडा वेळ. पोटात कावळे कोकलू देत तुझ्या; मग बघतेच कसा ओळखत नाहीस ते!'' असं म्हणत राधाने आकाशकडे रागाने बघत अवनीला पकडलं आणि त्या कोरफड-मेथीच्या लगद्याचा वाडगा घेऊन तिला पुढ्यात बसवण्याचा प्रयत्न करू लागली. तिच्या हातातून सटकून अवनी आजोबांच्या मागे पळाली.

''आई, त्या हाताने पालकसूप केलंस तर मी पिणार नाही,'' आकाशने स्वत:चा मुद्दा पुढे रेटला. ''पिझ्झा केलास तर खाईन शहाण्यासारखा.''

''तर तर! पिझ्झा खातो म्हणे! पोटाचा घेर बघ तुझ्या! पकोडा म्हणत असतील सगळे शाळेत.'' म्हणत राधा अवनीला पकडायला दादांच्या दिशेने धावली.

''बघू, बघू...'' दादांची उत्सुकता चाळवली. ''काय आहे त्या वाडग्यात?'' वास घेऊन त्यांनी राधाकडे वाडगा परत देत तिला त्यात वाळ्याचा परफ्यूम घालायला सुचवलं. ''विशेष काही वास नाही याला; पण तरीही वाळ्याचा परफ्यूम घातलास तर वाळ्याचा थंडावाही डोक्याला मिळेल आणि सुगंधसुद्धा! अवनीसुद्धा आवडीने लावून घेईल.''

मुद्दा राधाला बरा वाटला; पण तेवढ्यात सासूबाई बोलल्या, ''छे छे! परफ्यूम केसांना लावला तर केस पिकतात. आणि परफ्यूममध्ये कसला आलाय थंडावा?''

असं पकडापकडीचं आणि जनरल नॉलेजचं नाट्य चालू असतानाच माधवने एका मोठ्या पार्सलसह घरात प्रवेश केला.

''कम ऑन एव्हरीबडी. ब्रेकफास्ट रेडी! टेस्टी इडली विथ टेस्टी चटणी ॲन्ड सँडविच ढोकळा.''

माधवच्या अशा प्रकारच्या आगमनाकडे राधा हतबुद्ध होऊन पाहतच राहिली. बसल्या जागेवरून उठत आकाश चीत्कारला, ''वाव! यू आर ग्रेट, डॅड! जाम भूक लागलीय. थांबा, मी आणतो प्लेट्स.'' राधाने काही बोलण्याआधी धावत स्वयंपाकघरात जाऊन तो प्लेट्स आणि चमचे घेऊनही आला. अवनीची कोरफड आणि मेथीच्या भानगडीतून सुटका झाली.

फर्मेंटेड, त्यातून बाहेरचं फूड, त्यामुळे गॅसेस आणि पित्त वाढतं, असं काहीबाही वाचलेलं तिला आठवलं. आता पैसे खर्च करून आणलेलं सारं वाया जाऊ नये म्हणून नाइलाजाने राधासुद्धा सगळ्यांबरोबर खायला बसली; पण प्रत्येक घासाबरोबर पोटात गॅसेस झाल्यासारखा तिला भास व्हायला लागला. आज सगळ्यांसाठी

आल्या-लिंबाचा रस काढावा लागणार; किमान सुंठ, गूळ, तूप तरी...

पण ती वेळ आलीच नाही. मुलं खाऊन अभ्यासाला लागली आणि दादा, माधव पेपरवाचनात गढून गेले. दिवसभरात कुणीही कसलीही तक्रार केली नाही. राधाने फ्रिजमध्ये आलं, लिंबू असल्याची खात्री करून घेतली. सासूबाईंकडे तिने आपली भीती व्यक्त केली, तेव्हा त्यांनी तर तिला वेड्यातच काढलं,

"एवढ्यातेवढ्याने असंतसं काही होत नसतं. एखाद्या दिवशी चेंज बरा वाटतो. रोज का खातोय आपण काहीबाही? तुलाही सुट्टीच्या दिवशी आराम मिळाला. नसत्या चिंता करत बसशील, तर तब्येत बिघडवून घेशील. त्यापेक्षा आनंदी राहावं माणसाने आणि काहीही पचवायची तयारी ठेवावी, हे बरं."

राधाची कोणतीही गोष्ट घरात कुणालाच पटत नव्हती. वाचून वाचून आदर्श अनुसरताना राधाची मात्र दमछाक होत होती. तिला हवं तसं पालेभाज्या, उसळी, चटण्या, कोशिंबिरी, वरण-भात, पोळी असं साग्रसंगीत जेवण रोज रात्री कुणाला नको होतं आणि नोकरीमुळे दुपारच्या डब्यात ती हे सगळं देऊ शकत नव्हती. राधा दिवसेंदिवस बेचैन व्हायला लागली. आपली व्यथा तिने मैत्रिणीला बोलून दाखवली.

"हल्ली ना काहीही करू नये, असंच वाटतंय. मी चांगल्यासाठी करायला जाते; पण घरात तो विषय हसण्यावारी नेला जातो. किती प्रयत्नांती मी काही ठरवते आणि त्यावर पाणी फिरवलं जातं. कसं पटवून देणार घरात सगळ्यांना? मरगळ येते गं अशाने! कसला उत्साहच वाटत नाही. निघून जावंसं वाटतं सगळं सोडून कुठेतरी! माझं वजनही कसं वाढत चाललंय बघ!"

"नाशिकला २१ दिवसांचा एक मेडिटेशन कॅम्प आहे. तो अटेन्ड कर. तुला बरं वाटेल!" मैत्रीण तिला सहानुभूती दाखवत म्हणाली. "इतकं फ्रेश वाटतं; तुला सांगते, राधा! मला तर तो कॅम्प अटेन्ड केल्यावर अगदी फुलपाखरासारखं हलकं हलकं वाटायला लागलं."

मैत्रिणीचा गोलमटोल देहही फुलपाखरासारखा हलका होतो? राधा मनातल्या मनात कॅम्प अटेन्ड करून बागडण्याची कल्पना करू लागली. '२१ दिवस काय हां हां म्हणता जातील. सासूबाई घेतील जमवून. मुलांच्या डब्याचं काय? 'आहार पुरवणी'त वाचलंय, ड्रायफ्रूट्स शरीराला आवश्यक असतात. एखादा दिवस डब्यात चालतील. नाहीतरी बाहेरचं खायला पोरं चटावलीयत. आपण कितीही आणि काहीही केलं तरी गिळतीलच, याची खात्री नाही. घरातले सगळे लाड करायला तयारच असतात. करू देत आजीला त्यांच्या मनासारखं काही दिवस! नाहीतर खाऊ देत पोळी-भाजी आजीच्या हातची. नाहीतरी मी जे करते ते नकोच असतं त्यांना. माधवला डबा दिला तरी तो 'दुर्गा'चा चिकन रस्सा नाहीतर 'महेश'ची फिश करी ओरपतच असतो. मी जे करते, त्याला सगळेच नाकं मुरडतात. करा

म्हणावं मजा. मी जातेच नाशिकला.'

राधाने एका धुंदीतच तो कॅम्प अटेन्ड केला. नो टीव्ही, नो न्यूजपेपर, नातेवाइकांना भेटणं नाही की गप्पा नाहीत. फक्त मन:शांती. मोजका आहार, व्यायाम, योगसाधना, मेडिटेशन, मनन आणि स्वानुभव वहीत टिपून घेणं; बस्स! २१ दिवसांत राधाने पाच किलो वजन कमी केलं. खरंच हलकं वाटतंय, उडावंसं वाटतंय असं म्हणतच राधा भारावल्या स्थितीत घरी निघाली. बसमध्ये शेजारच्या सीटवर शिबिरातलीच एक बाई येऊन बसली.

"कसं प्रसन्न वाटतंय नाही?"

"होय ना!" राधा भारावल्या अवस्थेतच म्हणाली.

"आपल्याला निरोगी आयुष्यासाठी किती उपयुक्त माहिती मिळाली, नाही?" त्या बाईनं संभाषण वाढवलं.

"हो, खरंय." राधा अजूनही मनाने शिबिरातच होती.

"आता मी तुम्हाला आणखी एक माहिती देणार आहे," ती बाई म्हणाली. "शिबिरात अलाउड नव्हतं, म्हणून त्या वेळी बोलले नाही; पण मुलांसाठी हे अगदी आवश्यक आहे बरं का!"

बोलता बोलता त्या बाईने सामानातून दोन सीडीज बाहेर काढल्या, "ब्रेन टीजर सीडीज आहेत हं! म्हणजे पाहा, यांतल्या प्रश्नांनी मुलांचा आयक्यू वाढतो. ॲप्टिट्यूड टेस्ट्स पण आहेत. आपल्याला घरबसल्या कळतं ना मुलांचा ॲप्टिट्यूड कसा आहे, आयक्यू किती आहे वगैरे वगैरे... त्यासोबत ही इक्यूची सीडी मोफत. सध्या मुलांच्या इमोशनल कोशंटलाही तेवढंच महत्त्व आहे. हो, इक्यू नीट असेल तरच आयक्यूचा उपयोग! नुसत्या इंटेलिजन्सला विचारतो कोण? हो की नाही? तुमची मुलं काय वयाची आहेत?"

"मुलगा १४ वर्षांचा आणि मुलगी १२ वर्षांची." राधाने इंटरेस्ट दाखवला.

"एक्झॅक्टली! याच वयासाठी आवश्यक आहेत या. मी तुम्हाला सांगते, चौदा वर्ष म्हणजे मुलगा पुढल्या वर्षी दहावीत जाईल ना? त्याचे कमीत कमी वीस टक्के मार्क्स वाढतील यामुळे."

"अहो, पण ऑलरेडी त्याचे ८५-८७ टक्के मार्क्स असतात."

"मग तर तो बोर्डातच आला म्हणून समजा. शिवाय पुढच्या स्पर्धा परीक्षांसाठी आवश्यक ते जनरल नॉलेजसुद्धा यातून मिळतं ते वेगळंच."

त्या बाईच्या मार्केटिंगची राधा अचूक शिकार झाली. पुढच्या वर्षी आकाश आणि दोन वर्षांनी अवनीसुद्धा बोर्डात येणार या स्वप्नाची पाचशे रुपये किंमत मोजून राधा मेडिटेशन कॅम्पच्या धुंदीतून पुन्हा वास्तवात आली. घरी गेल्यावर आकाशला या सीडीज भेट देऊन अभ्यासासाठी एन्करेज करायचे बेत आखत असतानाच त्या

बाई म्हणाल्या, ‘‘तुमच्या घराचा पत्ता देता का मला? तुमच्या बारा वर्षांच्या मुलीसाठी ‘एन्रिच युअर चाइल्ड्स सोशल कोशंट’ची काही पुस्तकं आम्ही विकतो. तुम्हाला हवं असेल, तर त्याविषयीच्या सीडीजसुद्धा आमच्याकडे उपलब्ध आहेत. तिला त्याचा आणखी फायदा होईल. खरं तर मोठ्या मुलानेही त्या पाहायला हव्यात. वाढत्या मुलांचं खाणंपिणं काय असावं, त्यांनी समाजात कसं वागावं, त्यांचा व्यक्तिमत्त्वविकास त्यांनी कसा साधावा वगैरे वगैरे अनेक बाबी त्यात समाविष्ट आहेत. यासाठी मूळ किमतीच्या दहा टक्के डिस्काउंटही देऊ तुम्हाला. या सीडीज मुलांना द्या आणि असं समजा की, त्यांचं भविष्य तुम्ही आमच्यावर सोपवलंय. निश्चिंत राहा अगदी; मुलं आमूलाग्र बदलतील.’’

मेडिटेशन कॅम्पमध्ये गेल्यावर असाही फायदा होतो? बरं झालं या सीडीज मिळाल्या. आता मुलांची खाण्याची खळखळ नको, शंखपुष्पी नको, च्यवनप्राश नको, पालेभाज्या आणि सॅलडसाठी त्यांच्या मागे लागणंही नको. खा हवे तेवढे बटाटेवडे, सामोसे, पिझ्झा, बर्गर, ढोकळे... बस्स! फक्त या सीडीज पाहत बसू देत. आयक्यू, इक्यू बरोबर हा एसक्यूही वाढला, की येईल अक्कल चांगल्या-वाइटाची. आपोआप वळतील मग सगळे हेल्थ फूडकडे. माधवलाही सीडीज पाहायला सांगू. त्याच्याही सवयी काही ठीक नाहीत.

राधाने सीडीजवर मुलांचं भविष्य सोपवलं. घरी पोहोचायला रात्रीचे आठ वाजले. कधी एकदा घरात शिरते आणि त्या सीडीज मुलांना देते, असं तिला झालं होतं; पण घरात प्रवेश करताना घरात असलेला शुकशुकाट पाहून ती जरा चपापलीच! हॉलमध्ये आरामखुर्चीत दादा डोळे मिटून शांत पहुडले होते. दरवाजा उघडाच! मुलांचा कलकलाट नाही, नवऱ्याचं खिदळणं नाही... घाबरतच तिने दादांना हाक मारली, ‘‘दादाऽ’’

उत्तरादाखल त्यांनी ‘शूऽऽ’ म्हणत तोंडावर बोट ठेवलं आणि आतल्या खोलीकडे अंगुलिनिर्देश केला.

साशंक मनाने ती आत वळली. कॉटवर एका रांगेत सासूबाई, माधव आणि दोन्ही मुलं डोळे मिटून ध्यान लावून बसली होती. ती चक्रावली, अवाक् उभी राहिली. तेवढ्यात मुलं फिस्कारली.

तेवढा आधार घेत तिने विचारलं, ‘‘हे काय चाललंय?’’

‘‘मेडिटेशन!’’ माधव डोळे उघडत म्हणाला. ‘‘तू आल्यावर आम्हाला जे करायला लावणार, ते आम्ही आधीच केलंय. आता पटकन हात-पाय धुऊन जेवायला चल.’’

‘‘पण मी कुठे तसं काही करायला सांगणार होते?’’

‘‘कसं शक्य आहे ते?’’ सासू म्हणाली. ‘‘काहीतरी खूळ डोक्यात घेऊन

येतेस बाहेरून. अगदी भारावल्यासारखी असतेस. म्हटलं, नंतर वेळ काढण्यापेक्षा आधीच आटपून घ्यावं.''

ती खजील झाली.

तरीही जेवण आटपल्यावर तिने आणलेल्या सीडीज मुलांना दिल्या आणि मनापासून स्टडी करा, मार्क्स वाढतील वगैरे वगैरे ऐकवलं. आकाशने सीडीज उलटयासुलट्या करून पहिल्या आणि जोरात चीत्कारला, ''व्हॉट अ प्लेझंट सरप्राइज, ममा! अवनी चल, केबीसी खेळू. केबीसीचे सगळे क्वेश्चन्स आहेत यात.''

आकाशने सीडीज बघण्यात एवढा इंटरेस्ट दाखवला त्यामुळे राधा एकदम निर्धास्त झाली. आता बोर्डाच्या रिझल्टची काळजी नाही; किमान ९०-९२ टक्के तरी मिळावेत. कदाचित जोर लावला तर बोर्डातही येईल.

''अवनी, क्वेश्चन नं. १ फॉर १०००/- बग्ज. रेडी?'' मुलांचा खेळ सुरू झाला.

''हो.'' अवनीने तनामनाने हो म्हटलं.

''शाहरुख खानची एक मूव्ही, जी पुनर्जन्मावर आधारित आहे. युअर थ्री ऑप्शन्स आर...'' आकाश अमिताभ बच्चनच्या भूमिकेत शिरला होता.

''आकाश, 'ओ.एस.ओ.' उत्तर माहितेय. ऑप्शन्स नको.'' अवनीने चटकन उत्तर दिलं आणि सगळ्यांकडे विजयी नजरेने पाहिलं.

''अरे, आय.एस.ओ. माहीत होतं, एसओएससुद्धा ऐकलं होतं; पण हे ओ.एस.ओ. म्हणजे काय बुवा?'' दादांनी अवनीकडे कौतुकाने पाहत विचारलं.

''आजोबा, एवढंसुद्धा माहीत नाही? ओम शांती ओम!'' अवनीने तत्परतेने माहिती पुरवली.

''हे काय चाललंय?'' चक्रावून राधाने विचारलं, ''शाहरुख कुठून आला या सीडीत?''

पण तिचा प्रश्न आता मुलांपर्यंत पोहोचणं शक्य नव्हतं. कधी नव्हे तो तिच्या म्हणण्याला मान देऊन मुलांनी मनापासून सीडीजचा स्टडी सुरू केला होता. आता हे सीडी प्रकरण उद्या बघता येईल, म्हणत प्रवासाने शिणलेली राधा त्या रात्री झोपेच्या अधीन झाली.

२१ दिवसांच्या शिबिरात मेडिटेशनची सवय लागली होती. ती घरी परतल्यावर तशीच चालू ठेवण्याची शिबिरात ताकीदही मिळाली होती. राधा सकाळी उठून मेडिटेशन सुरू करणार एवढ्यात सासूबाईंनी चहा झाल्याची वर्दी दिली. पाठोपाठ वाफाळलेल्या चहाच्या वासाने मन चाळवलं. शिबिरात किती ठरवलं होतं, की परत घरी गेल्यावर चहा सोडायचा; पण चहा प्यायचा नाही म्हणता म्हणता राधा

फितुरलीच.

नाश्त्याच्या वेळी सासूबाईंनी थालीपीठ लावलं. त्याचा खमंग वास भूक चाळवत होता. आता शिबिरात सांगितल्याप्रमाणे वाटीभर भिजलेल्या पोह्यांच्या नाश्त्यावर भागणार नव्हतं. एकूण काय, शिबिरातलं रूटीन घरात शक्य नव्हतं. तरीही किमान वर्तमानपत्र न वाचणं तरी आपल्या हातात आहे, असं म्हणत तिने निग्रहाने पेपर बाजूला सारला. मनापासून न आवडणारं 'निग्रहा'ने दूर सारणं किती सोपं आहे, याचं ज्ञानही तिला तेव्हाच झालं.

आज बऱ्याच दिवसांनी ती ऑफिसात जायला निघाली होती. किलोमीटरभराचं घरापासून ऑफिसचं अंतर संध्याकाळी घरी परत जाताना ती अवश्य चालत पार करायची. सकाळच्या धावपळीत मात्र ती रिक्षाच करायची.

रिक्षावाल्याच्या हातात २० रुपये ठेवून तिने धावतपळत ऑफिसची वेळ गाठली. ऑफिसात सगळे एकत्र जमून तावातावाने चर्चा करत होते. "हा ट्रम्प समजतो काय स्वत:ला? बापजाद्यांनी कमावून ठेवलेला पैसा हा उडवतोय. अमेरिकन जनतेला खोटी आश्वासनं देऊन भुलवतोय. खोट्या आश्वासनांना भुलून अमेरिकन मेजॉरिटी त्याच्या मागे उभी राहिली आणि हिलरी हरली! आपल्या तिथे शिकणाऱ्या मुलांना व्हिसासाठी हा रडवणार..."

सकाळी सकाळी काम सोडून चर्चा रंगात आली होती. गेल्या २१ दिवसांत बाहेरच्या जगाबाबत अनभिज्ञ असलेली राधा बुचकळ्यात पडून नव्याने संदर्भ गोळा करत होती. 'खरंच की! ८ नोव्हेंबरला अमेरिकेचं इलेक्शन होतं! आपण विसरूनच गेलो. ट्रम्प निवडून आलेला दिसतोय.'

"काय, राधा मॅडम, तुम्हाला काय वाटतं?" जाधवांनी तिला विचारलं.

"अं..." राधा त्यावर काय उत्तरं द्यायचं, याचा विचार करत असतानाच... "तिला काय वाटायचंय? यूएस इलेक्शन झाल्याचं तरी माहीत आहे का, ते विचारा आधी तिला. ती अजून त्या शिबिरातच रेंगाळत असेल मनाने!" तिची 'ती' मैत्रीण राधाचा गोंधळलेला चेहरा पाहून खोचकपणे म्हणाली. "मीसुद्धा शिबिरातून आल्यावर अशीच धुंदीत होते; पण पुन्हा या जगात यावंच लागतं बाई!" समोरच्या पुडक्यातला सामोसा उचलून त्याचा तुकडा तोंडात टाकत ती म्हणाली.

"म्हणजे यूएस इलेक्शन झालेलंच माहीत नाही की काय यांना?" आश्चर्याने तिच्या अज्ञानाची कीव करत श्रीखंडेंनी विचारलं आणि सगळे खदाखदा हसले.

हे श्रीखंडे पण ना, एक संधी सोडत नाहीत दुसऱ्याला कमी लेखण्याची! राधा अगदी खजील झाली. छे! आपल्या अज्ञानाची इतकी खिल्ली? शिबिरात मिळवलेला उत्साह एकाएकी मरगळला. नेहमी अपडेट असलेल्या राधाच्या रूपाने आज ऑफिसातल्या मंडळींना नवं सावज मिळालं होतं.

"मला विचारा. मी सांगते," तिची 'ती' अनुभवी मैत्रीण म्हणाली. "यूएस इलेक्शनचं काय विचारता? शिबिरात सगळ्या जगाचं कनेक्शन तुटतं. तिला आपल्या देशातली परवाची सनसनाटी बातमी तरी माहीत आहे का, ते विचारा आधी."

"काय सांगता? नसेल माहीत?" शंका व्यक्त करत जोशी म्हणाले.

"खोटं नाही. विचारा तिला?"

"हे फारच झालं बुवा! शेंबड्या पोरालाही माहीत झालंय. वाचा मॅडम, पेपर वाचा." श्रीखंडे उवाच.

'एवढं झालं होतं तरी काय? जे माहीत नाही म्हणून आपण शेंबड्या पोरापेक्षाही शेंबडं ठरावं?'

"कसली सनसनाटी?" तिने विचारलं.

"घ्या! करा, मेडिटेशन करा! जगात काही का घडेना! काय फरक पडतो?" श्रीखंडेंनी डिवचलंच.

"फरक कसा नाही पडत? पाचशे-हजाराच्या नोटा बंद झाल्यायत मॅडम परवा रात्रीपासून. काल प्रवासात तुम्हाला जाणवलं नाही?"

"काय?" अविश्वासाने राधा चीत्कारली. "काहीतरीच काय? काल नाशिकहून परत येताना बसचं तिकीट काढायला हजाराचीच नोट पुढे केली होती. घेतली की कंडक्टरने! तो काही बोलला नाही ते?"

आता मात्र साऱ्या ऑफिसात पुन्हा एकदा मोठ्याने हशा पिकला. जो तो आपल्याकडे दयार्द्र नजरेने पाहतोय, असा राधाला भास झाला. छे, छे! शिबिरातल्यासारखं कान आणि डोळे बंद करून बाहेरच्या जगात राहणं केवळ अशक्य आहे. आजच्या इतके बुद्धू आपण कधीही ठरलो नव्हतो. आजपासून टीव्ही आणि न्यूजपेपर रोजच्यासारखंच व्हायला हवं.

शिबिरातले दिवस एकूण फुकटच गेले. राधा खंतावली. तिची ती फुलपाखरासारखी उडणारी मैत्रीण हिरिरीने चर्चेत भाग घेत समोरच्या टेबलावरच्या सामोसे-भज्यांचा आस्वाद घेत होती.

राधा अस्वस्थ झाली. भरल्या घराला खुशाल सासूवर सोपवून एक नव्हे, दोन नव्हे, चक्क एकवीस दिवस बाहेर राहून हाताशी काहीच लागलं नाही. उलट, चारचौघांत आपलं हसंच झालं. घरात राहून पेपर वाचून, टीव्ही पाहून मुलांशी हसतखेळत राहणाऱ्या, याही वयात उत्साही, आनंदी, मनमिळाऊ आणि शेलाट्या अंगकाठीच्या सासूबाईंची आणि शांत, समंजस, हसतमुख दादांची मूर्ती तिच्या डोळ्यांसमोर आली. आपल्या नवऱ्यासारखा समजूतदार, उच्चशिक्षित मुलगा त्यांनी अगदी विनासायास घडवला. ना कधी पुस्तकांचा आधार घेतला, ना शिबिरांचा.

मुलांच्या इच्छेला मान देत त्यांनी कधी कधी पिझ्झा, बर्गरही पचवला. आपण मात्र सदैव मस्करीचा विषय ठरलो. नुसतेच पढतपंडित!

दिवसभर कामात तिचं फारसं लक्ष नव्हतंच. संध्याकाळी घरी जाताना हलवायाच्या दुकानातून सामोसे आणि जिलेबी घेऊनच ती घरी गेली. घरात शिरता शिरता माधवसारखी हाकारी देत ती ओरडली, ''कमॉन एव्हरीबडी, हिअर इज सम सरप्राइज फॉर यू ऑल.''

सगळे बाहेर आले; पण तिच्या बाबतीत साशंक होऊनच! ही आणून आणून काय आणणार? कुठलं तरी हेल्थ फूड असणार!

सगळ्यांकडे पाहत हळूच तिने प्लेटमध्ये दोन्ही पुडे रिकामे केले.

''सामोसे आणि जिलेबी? वॉव!'' अवनी जवळजवळ चीत्कारलीच.

''आय डोन्ट बिलीव्ह धिस! ममा, तू हे आणलंयस?'' आकाशला अजूनही खरं वाटत नव्हतं.

''अगं बाई! मीठमोहऱ्या आण रे माधव, दृष्ट काढते हिची.'' सासूबाईंना प्रथमच तिच्यात माणसाळल्याचं लक्षण दिसलं.

''अरे, वाट कसली पाहताय? राधाचं मत पुन्हा बदलायच्या आत उचला रे पटापट.'' दादांनी सामोसा हातात घेतला.

माधव जिलेबी उचलून तोंडात टाकत तिच्याकडे बघत गुणगुणत होता...

''जो तो सांगे, ज्याला त्याला
वेड लागले राधेला''

आणि राधा? ती मात्र तिच्या 'त्या' वेडातून बाहेर पडून कौतुकाने समोरचा आनंदसोहळा पाहत होती.

**(अन्नपूर्णा – जुलै, २००८)**

❖

**आय.सी.यू.च्या** काचेच्या छोट्या चौकटीतून नीलाताईंनी डोकावून पाहिलं. तात्या निपचित पडून होते. नाकातोंडातून कसल्याकसल्याशा नळ्या घातल्यामुळे ते भेसूर दिसत होते. प्राथमिक ट्रीटमेंट सुरू झाली होती. आता नेहमीप्रमाणे एक नर्स बाहेर येईल. एक लांबलचक लिस्ट नीलाताईंच्या हातात ठेवत म्हणेल, ''रिप्लेसमेंट.'' न बोलता नीलाताई दोन मजले उतरून खाली जातील. केमिस्टकडून तात्यांसाठी वापरलेल्या औषधांची, इन्जेक्शन्सची, ग्लोव्ह्जची, कॉटनची वगैरेवगैरे 'रिप्लेसमेंट' घेऊन नर्सला देतील... पण तोवर या समोरच्या बेंचवर बसायला हवं.

लोखंडी बेंचवर बसताबसता झालेल्या कडक व थंड स्पर्शाने नीलाताई शहारल्या. सगळ्या हॉस्पिटलांची मेली हीच तऱ्हा. एवढाले पैसे घेतात; पण कैद्यांना देतात तशी वागणूक देतात पेशंटच्या नातलगांना.

'नातलग?' आपलं काय नातं आहे या तात्यांशी? पंचाऐंशी वर्षांचे तात्या आणि ऐंशी वर्षांच्या माई यांच्या अमेरिकेत स्थायिक झालेल्या तीन श्रीमंत मुलांनी आई-वडिलांच्या देखरेखीसाठी गलेलठ्ठ पगारावर ठेवलेली 'केअर टेकर.' पगार महिना एक हजार डॉलर. किमान पासष्ट हजार रुपये महिना!

सकाळपासून तात्यांच्या मागे खूपच धावपळ झाली होती, त्यातून आता कुठे टेकता आलं होतं. कंबरही शिणली होती. डवरून आलेला घाम पुसत नीलाताई विचार करत होत्या... आपलीही आता साठी जवळ आली. नाही होत हे सारं आता. गेली दहा वर्षं यांना सांगतेय – आता पुरे. शशी अचानक गेला शिक्षणाला घेतलेलं कर्ज डोक्यावर ठेवून... मेडिकलच्या दुसऱ्या वर्षात... सहलीला गेल्याचं निमित्त मात्र... लोणावळ्याच्या दरीमध्ये पाय घसरून... सारं संपलं... त्यालाही आता वीस वर्षं झाली. तेव्हापासून सुरू झालेला हा वनवास. त्याच्या पाठच्या शेखरचं शिक्षण सुरू व्हायचं होतं... वामनरावांचा पगार तुटपुंजा... डोक्यावर शशीसाठी घेतलेलं कर्ज आणि शेखरचं शिक्षण... या साऱ्यांचा मेळ घालायचा तर तात्यांच्या घरचा प्रस्ताव स्वीकारणं आवश्यक होतं.

# ऋणानुबंध

अनिच्छेने का होईना; पण नीलाताईंची रवानगी तात्यांच्या घरी झाली आणि शेखरचं शिक्षण मार्गी लागलं. पंधरा दिवसांनी एखाद्या वेळी स्वत:च्या घराचं दर्शन घडे... तेही अस्ताव्यस्त झालेलं घर नीट लावण्यासाठी... खाणंपिणं करून ठेवण्यासाठी... कपडे धुण्यासाठी... रात्री दमून माई-तात्यांकडे परतलं, की माईंची भुणभुण... 'एवढाले पगार मोजूनही कामात लक्ष नाही. म्हणतात ना, मोले घातले रडाया... बोलून काय उपयोग म्हणा! आम्ही म्हातारे, गरजवंत! गरजवंताला अक्कल नसतेच. अडला हरी गाढवाचे...'

नीलाताईंना माहीत होतं, माईंचं फ्रोजन शोल्डरचं दुखणं होतं, हात हलवताना बंधनं येत. त्यामुळे त्या चिडचिडत. त्यातून तात्यांची मर्जी सांभाळायची. श्रीमंतीची अरेरावी तात्यांच्या नसानसांत भिनली होती. त्यामुळे माईंचं चिडणं हे स्वाभाविक होतं.

पण नीलाताईंना घराची ओढही होतीच ना? एवढ्या कष्टाने लग्नानंतरची वीस-बावीस वर्षं काडीकाडी जोडत उभारलेलं घरटं गरजेपोटी वाऱ्यावर सोडलं होतं आणि जिच्या कमाईवर तिकडे ते घरटं आकार घेत होतं, त्या घराची ही गृहलक्ष्मी मात्र दुसरीकडे राबत होती.

नीलाताईंची पन्नाशी आली तेव्हा शेखर इंजिनिअर होऊन नोकरीला लागला होता. एका पंधरवड्याच्या फेरीत नीलाताईंनी वामनरावांकडे विषय काढला होता.

''मी म्हणते... आता पुरे. मी परत येते.''

''एखाद-दोन वर्षं अजून कळ काढ. तुझ्या आलेल्या पैशांतून मी एक जागा खरेदी करून ठेवलीय. त्यावर छोटासा बंगला उभा करीन म्हणतो.''

त्या क्षणी नीलाताई अवाक् झाल्या होत्या. प्रथमच त्यांना जाणीव झाली की, त्यांच्या कष्टांच्या पैशावर एवढा मोठा व्यवहार झालेला त्यांना माहीतही नव्हता.

अमेरिकेतून वामनरावांच्या बँकेच्या खात्यावर परस्पर पैसे जमा होत होते. ती एक सोय होती, असं वामनरावांचं म्हणणं होतं. एक तर नीलाताईंचं बँकेत खातं नव्हतं आणि दुसरं म्हणजे वामनरावांना त्या पैशाची व्यवस्था लावणं, पैसे काढणं सोपं होणार होतं, असं वामनरावांनी सांगितलं होतं आणि नीलाताईंना ते पटलं होतं.

पण त्या दिवशी त्या खूप बेचैन झाल्या. सारं करून आपल्या हातात काहीच नसल्याची जाणीव त्यांना झाली. हाती पैसा नाही, गेली कित्येक वर्षं शेखरलाही आपल्याशिवाय राहायची सवय झाली आहे. आपण जाऊ तेव्हा तो घरात असतोच असं नाही. इतके दिवस जाणवत नव्हतं; पण आताशा वामनरावही आपल्याशी फटकून वागतात, असा त्यांना भास व्हायला लागला होता. त्या दोघांनी आपल्याशिवाय आयुष्य ॲडजस्ट केलंय. त्यात आता आपल्याला फारसं स्थान नाही. आपण फक्त पैसे देणारं मशीन झालो आहोत. मग आपले हात-पाय चालेनासे होतील, तेव्हा

आपल्याकडे काय? तशात दुसऱ्या दिवशी माईंनी पुन्हा तोंडाचा पट्टा सोडला,

"एखाद्याला बोट द्यावं तर तो हात मागतो. खऱ्याची दुनियाच नाही. कितीही द्या; ढेकर नाहीच! डॉलर घसरला तर म्हणे, आकडा पासष्टच्या खाली येतो! परवडत नाही. वाढवून द्या. शंभर डॉलर वाढवले. मग डॉलर पुन्हा वाढला तर म्हणतात का, कमी करा म्हणून?"

"काय झालं माई? कुणावर चिडला आहात?" नीलाताईंच्या या प्रश्नाने आगीत तेल पडलं होतं.

"अहाहा! जसं काही माहीतच नाही ना?" त्यांच्यापुढे हात ओवाळत माई कडाडल्या होत्या. "अगं, काय कमी मिळतंय तुला इकडे? कपडालत्ता, खाणंपिणं, राहायला स्वतंत्र खोली... पण नाही! समाधान नाही. परस्पर माझ्या पोरांशी आमच्या अगतिक म्हातारपणाचा सौदा करा. तुझी सवय झालीय ना आम्हाला; करतो काय?"

माईंना कितीही सांगितलं तरी पटलं नाही; पण वामनरावांनी पैसे वाढवून मागितल्याचं नीलाताईंना खरोखरच माहीत नव्हतं.

पण त्या दिवसानंतर नीलाताईंनी वामनरावांकडून स्वतःच्या खर्चासाठी म्हणून महिना पाच-सात हजार रुपये घ्यायला सुरुवात केली होती. बँकेत खातं उघडून आपली म्हातारपणाची पुंजी त्या जमा करायला लागल्या होत्या. त्यांच्यासाठी त्यांचं घर तुटत चाललं होतं. मनाची घुसमट होत होती. एका घरी – जे त्यांचं होतं – तिथे त्यांना जागा नव्हती. त्यांच्यामुळे येणारा पैसा फक्त तिथे हवा होता, दुसऱ्या घरी त्यांचे श्रम हवे होते. मन व्याकूळ होतं प्रेमासाठी, आपलेपणासाठी. ते कुठेच मिळत नव्हतं. गेल्या दहा वर्षांत नवऱ्याने अनेक कारणं पुढे करून त्यांना तात्या-माईंकडे राहायला भाग पाडलं होतं. त्या दरम्यान शेखरचं लग्न झालं, नातू झाला; पण नीलाताई, त्या स्वतःच्या हक्काच्या घरात उपऱ्याच ठरल्या होत्या.

आताशा सगळेच त्यांच्याशी फटकून वागतात. 'महिन्याचे पैसे वसूल करायला घेणेकरी आली रे' म्हणून वामनराव जीवघेणी चेष्टाही करतात. चिंटू तर वाऱ्यालाही थांबत नाही. त्याचा तबल्याचा क्लास – क्रिकेटचं कोचिंग यांसाठी धावत असतो तो आणि त्याचे आई-बाबा. नीलाताईंकडे बघायला वेळ कुणाला?

सारं आठवून नीलाताईंना हुंदका आला. तो दाबण्यासाठी शरीर ताठरलं. छातीवर मणामणाचं ओझं आल्यासारखं वाटलं. 'आज असं अस्वस्थ का वाटतंय?'

त्यांनी घड्याळात पाहिलं. साडेसहा. थोड्या वेळात घरी जाऊन माईंचं बघायला हवं. त्याआधी खाली जाऊन फोन करून तात्यांची खबरबात त्यांना द्यायला हवी. तात्यांची तब्येत आता स्थिर आहे. माई नेहमी मजेत म्हणतात, "हा तात्या मला एकटीला सोडून काही जायचा नाही; त्याच्या आधी मीच जाणार."

'याही वयात किती प्रेमाने राहतात दोघं जण. आपल्या नशिबी हे सुख शक्य असूनही नाहीये.' विषादाने नीलाताई हसल्या. जबडा किंचित दुखावल्यासारखा झाला.

''रिप्लेसमेंट, मॅडम!'' नर्सने पुढे केलेला कागद घेऊन नीलाताई जिना उतरू लागल्या.

'रिप्लेसमेंट'चं बोचकं नर्सच्या हातात देतादेता नीलाताईंनी दरदरून आलेला घाम पुसत नर्सला विचारलं, ''छाती भरून आल्यासारखी वाटतेय. डॉक्टर बघतील का मला?''

''ओपीडीत जा मॅडम. सात ते नऊ. डॉ. कीर्तिकर बघतील तिकडे.''

ओपीडीत नंबर लावून नीलाताई बसल्या. आधीचे सहा नंबर, यांचा सातवा. डॉक्टर अजून आलेले नव्हते. नीलाताई डोळे मिटून भिंतीला पाठ टेकून बसल्या.

''आजी!''

कुणी हाक मारली? आपल्या मनाचा भास तर नाही? कधी काळी चिंटू अशी हाक मारायचा; पण गेल्या तीन-चार वर्षांत तो जवळ फिरकलाही नाही... पुन्हा अंतरीची कळ जागी झाली आणि डोळ्यांतून वाहू लागली. मिटल्या डोळ्यांतून वाहणारे अश्रू पाहणारे दोन चिमुकले डोळे त्यांच्याजवळ आले.

''आजी, रडू नको. डॉक्टर येतील आत्ता.'' आपले दोन चिमुकले हात नीलाताईंच्या मांडीवर ठेवत एक चिमुकली टेचात उभी होती.

नीलाताईंनी डोळे उघडले. गोबऱ्या गालांची पण खोल गेलेल्या डोळ्यांची चार-पाच वर्षांची इवलीशी पोर त्यांना समजावत होती. त्यांनी पटकन तिला जवळ घेतलं.

तृषार्ताला जीवन मिळावं तशा तिच्या स्पर्शाने नीलाताई तरारल्या. कोमेजलेल्या शरीरात प्राण आले.

''मी नरेश भार्गव!'' समोरचा तरुण सांगत होता. ''ही माझी मुलगी - ऐश्वर्या. डॉ. कीर्तिकरांची पेशंट. हृदयाला होल आहे. ऑपरेशन करावं लागेल म्हणतात.''

नीलाताईंचा चेहरा खर्रकन उतरला. आपल्या नशिबी क्षणभरासाठी आलेलं सुखही असं शापित असावं? त्यांनी नरेश भार्गवकडे पाहिलं. तोही नजर टाळत होता. डोळ्यांतले अश्रू लपवत होता.

''ऑपरेशन सक्सेस किती म्हणतात डॉक्टर?''

''हंड्रेड पर्सेंट; पण ते करण्याची ऐपत नाही माझी.''

नीलाताईंनी ऐश्वर्याकडे पाहिलं. रिकाम्या सीटवर बसून एका मॅगेझिनची पानं उलटसुलट करत चित्रं पाहण्यात तल्लीन होती. परमेश्वराच्या 'अगाध' लीलेला

मनोमन साष्टांग दंडवत घालत नीलाताईंनी घड्याळाकडे पाहिलं. पावणेआठ. अजून डॉक्टरांचा पत्ता नाही.

कुठलाच डॉक्टर कधी वेळ का पाळत नाही? आजारी माणसं तिष्ठत बसतात याची जणू फिकीरच नसते त्यांना.

घरी माई वाट बघत असतील म्हणून डॉक्टरांची वाट न बघताच जड पावलांनी नीलाताई उठल्या. घाम पुसला. ऐश्वर्याची पापी घेऊन नरेशच्या पाठीवर थोपटत उद्गारल्या, "देव दयाळू आहे. होईल, सारं ठीक होईल. येते मी."

रात्री माईंचं सारं आटोपून पेनकिलर घेऊन नीलाताई झोपल्या.

तात्यांची हॉस्पिटलची ही सहावी फेरी होती. सारी कामं नीलाताईंना पाठ झाली होती. आठवड्यातून एकदा त्यांना डायलिसिससाठी न्यावं लागे; ती फेरी हॉस्पिटलच्या दरम्यान वाचे. ते सारं त्यातच उरके.

दुसऱ्या दिवशी सगळी कामं उरकून त्यांनी पुन्हा ओपीडी गाठली. आज त्यांची मान आणि पाठही दुखत होती; पण नजर ऐश्वर्याची वाट पाहत होती. कालच ती येऊन गेली म्हणजे आज पुन्हा येणार नाही, हे माहीत असूनही त्या वाट पाहत होत्या. आश्चर्य म्हणजे ती खरोखरीच समोरून येत होती. त्यांनी हात पसरताच ती त्यांना येऊन बिलगली. चिमुकली मूठ त्यांच्या समोर धरत "हे तुझ्यासाठी, घे ना आजी," म्हणाली. तिच्या मुठीतून चॉकलेट घेऊन ते तिच्याच तोंडात कोंबत त्यांनी तिला जवळ घेतलं.

"तू आज इथे कशी?" त्यांनी तिला विचारलं आणि प्रश्नार्थक नजरेने नरेशकडे पाहिलं.

"डॉक्टरांनी काही टेस्ट करायला सांगून आज बोलावलंय."

"ऑपरेशनचं काय म्हणतायत?"

"ते तर 'कराच' म्हणतायत. ऑफिसात लोनसाठी ॲप्लाय केलंय. मंजूर झालं तर प्रश्नच मिटला."

डॉक्टर आजही वेळेवर आले नव्हतेच. त्यांची वाट पाहतापाहता नरेश आणि नीलाताईंच्या जिव्हाळ्याच्या गप्पा झाल्या. जन्मजन्मांतरीचं नातं असल्यासारखी दोघांची सुखदुःखांची देवाणघेवाण झाली.

"आता नाही होत हे सारं," दुखऱ्या पाठीला भिंतीचा आधार देत नीलाताई म्हणाल्या. "पुन्हा आपल्या संसारात राहावं, नातवंडांत रमावंसं वाटतंय; पण हे सारं माझ्या नशिबात नसावं. आता घरी गेले, की निक्षून सांगणार आहे– झाली तेवढी फरपट पुरे. आता माई-तात्यांची जबाबदारी दुसऱ्यावर सोपवा म्हणावं. नाहीतर आपणच कुणा दुसऱ्या गरजू बाईची गाठ घालून देऊ."

थोडं स्वगत आणि काहीसं नरेशशी नीलाताई बोलत होत्या. बोलताबोलता

थांबल्या, घड्याळाकडे पाहून जडावलेलं शरीर सांभाळत उठल्या. काहीशा खिन्न हसत म्हणाल्या, ''स्वप्नं पाहतेय मी स्वत:च्या घराची; पण आत्तातरी आधी माईंचं बघायला हवं. निघते मी.''

''मावशी, एक विचारू?'' नरेशचे डोळे काहीशा विचाराने चमकत होते. नीलाताईंच्या खोल गेलेल्या डोळ्यांकडे पाहत त्याने विचारलं, ''माझ्या पत्नीची, या ऐश्वर्याच्या आईची गाठ घालून द्याल का त्यांच्याशी? म्हणजे... तुम्ही कुणा दुसऱ्या गरजू बाईची त्यांच्याशी गाठ घालून देण्यासंबंधी बोलत होतात म्हणून विचारलं. ऐश्वर्याच्या ऑपरेशनची सोय होईल, माझी चिंताही दूर होईल.''

नीलाताईंच्या तळपायापासून डोक्यापर्यंत वीज चमकून गेली. ऐश्वर्याच्या न बघितलेल्या – ऐन पंचविशीतल्या आईविषयी त्यांच्या मनात कणव दाटून आली.

दुसरी नीलाताई घडू पाहत होती.

हे कदापि व्हायला नको. त्यांनी घायाळ नजरेने नरेशकडे पाहिलं. तो लाचार होता. ऑपरेशनसाठी कुठे सोय होईल, या विवंचनेत होता.

पण त्याची ही गरज केव्हा मोहात परावर्तित होईल, हे सांगवत नव्हतं. शिवाय ऑपरेशननंतरची ऐश्वर्याची काळजी कोण घेणार? तिला त्या स्थितीत ठेवून ती माउली माई-तात्यांची म्हातारी शरीरं का सांभाळणार? काय होईल तिच्या मनाचं?

नाही! आपण हे घडू द्यायचं नाही. मनातल्या मनात नीलाताईंचा निश्चय पक्का झाला.

''उद्या मला इथे भेटा, नरेश. बघू काही जमतंय का ते.'' इतकं बोलून त्या उठल्या. डॉक्टर अजूनही आलेले नव्हते.

घरी माईंचं आटोपून काहीशा निर्धारानेच त्यांनी स्वत:ला झोपेच्या अधीन केलं.

सकाळी पुन्हा एकदा माईंचं सारं उरकून त्या तात्यांसाठी हॉस्पिटलकडे निघाल्या. तात्यांचं हवं-नको पाहताना आपल्यासोबत स्वत:च्या बँकखात्याचं चेकबुक त्यांनी आठवणीने घेतलं. गेल्या दहा वर्षांत थोडीथोडी म्हणून जमा केलेली त्यांची पुंजी आज त्या नरेशच्या हवाली करणार होत्या. कमीत कमी कुणा एकाचं जीवन त्या सावरणार होत्या.

पुन्हा दुसरी नीला घडू नये, ही त्यांची मनोमन इच्छा होती.

आज त्यांना दुखऱ्या जबड्याची तमा नव्हती. खांदा दुखत होता, पाठ धरली होती; पण त्याची फिकीर नव्हती. येणारा घाम पदराने टिपला जात होता; पण त्याची नोंद त्यांच्या मनाने घेतली नव्हती.

नरेशचा संसार त्यांना वाचवायचा होता. ऐश्वर्याला नवं आयुष्य द्यायचं होतं. त्यांनी ठरवलं होतं – चेक हातात देऊन नरेशला सांगायचं, ''ऐश्वर्याला खूप मोठं कर. स्वतंत्र विचारांची, बाणेदार आणि तरीही सहृदय होऊ दे तिला. पैशांची चिंता

सतावणार नाही एवढी मोठी कर. फार वाईट असते रे ही पैशांची चिंता! त्यासाठी राबणारा मरमर मरतो आणि...''

त्यांनी नकारार्थी मान हलवली. हात हवेत उडवत कडू आठवणी पळवण्याचा व्यर्थ प्रयत्न केला.

संध्याकाळी सात वाजता त्या ओपीडीत आल्या. नरेश त्यांची वाट पाहतच होता. त्यांना पाहताच अधीरतेने त्याने विचारलं, ''काही जमतंय का तिकडे, मावशी?

''नाही, मी ते जमू देणार नाही,'' नीलाताई निर्धाराने म्हणाल्या. ''आणि आता त्याची जरूरही नाही. हा चेक घे. माझ्या नातीसाठी, तिच्या ऑपरेशनसाठी या आजीचा मदतीचा हात समज; पण तुझ्या बायकोला घरापासून तोडू नकोस.'' बोलताना नीलाताईंचे डोळे भरून आले.

''छे छे! एवढी मोठी रक्कम? नाही नाही. घ्यायला बरं वाटत नाही.'' नरेश शरमिंदा होऊन म्हणाला.

''नाही म्हणू नकोस, बाळा!'' त्याच्या हातात चेक कोंबत नीलाताई म्हणाल्या. ''एका असहाय आईची भेट समज. जगले-वाचले तर नातीचं कौतुक पाहायला येईन तुझ्याकडे.''

बोलताबोलता नीलाताईंना धाप लागली, श्वास घेणं कठीण होऊ लागलं. उजव्या हाताने डाव्या हाताचा दंड धरत एक अस्फुट किंकाळी त्यांच्या तोंडून निघाली. नरेशने त्यांना घाईघाईत सावरत विचारलं, ''काय होतंय तुम्हाला? पाणी देऊ का? डॉक्टर, नर्स...''

हाताने 'नको' असं म्हणत नीलाताईंनी तोच हात अर्धवट ग्लानीत नरेशच्या गालाजवळ आणत त्याच्याकडे म्लान दृष्टीने पाहत विचारलं, ''शेखर, नेशील ना रे मला आपल्या घरी?''

''हो आई! चल, घरी चल आपल्या.'' नरेशचे हे शब्द तेवढे नीलाताईंच्या कानांनी टिपले. चेहऱ्यावर किंचित स्मित, समाधान पसरलं... आणि सारं शांत झालं.

एका हातात नीलाताईंनी दिलेला चेक आणि दुसऱ्या हातात त्यांचा निपचित देह सावरत दिङ्मूढ झालेला नरेश जिवाच्या आकांताने ओरडला, ''डॉक्टर...''

ओपीडीतल्या त्या जमलेल्या अवाक् गर्दीमध्ये नीलाताईंचा देह नरेशच्या मांडीवर चिरविश्रांतीसाठी विसावला होता.

**(माहेर, मे २०१०)**

❖

**बऱ्याच दिवसांनी आज** जरा निवांत वेळ मिळाला होता. नुकताच पाऊस बरसून गेला होता. वैशाखवणवाही जवळजवळ संपलाच होता. मुलांच्या सुट्ट्या संपून शाळा पुन्हा चालू झाल्या होत्या. त्यामुळे घरात आणि बाहेरही शांतता होती. मूड एकदम छान होता. दोन महिन्यांपासून साप्ताहिकात क्रमशः छापून येणाऱ्या माझ्या कादंबरीचा – 'सल'चा – शेवट काय करावा, तेच कळत नसल्यामुळे ते लेखन आज करू, उद्या करू म्हणत बाकीच होतं. तसे अजून दहा-बारा दिवस होते माझ्याकडे; पण आज मूड छान आहे, वेळही आहे तेव्हा आजच पूर्ण करावं असं ठरवून मी कागद पुढ्यात घेतले. शेवट सुखान्त करावा की दुःखान्त? आज मनाचा कौल सुखान्ताकडेच होता.

संक्रांतीच्या पतंगांची मजा अनुभवायला आम्ही बडोद्याला गेलो होतो. थंडगार झोंबरा वारा आणि भर दुपारीही सहन होईल असं कोवळं ऊन अंगावर झेलत आमचे भोगी, संक्रांत आणि कर असे चक्क तीन दिवस खूप उत्साहात, नातलगांच्या गच्चीवर पतंग उडवण्यात आनंदात गेले. संक्रांतीपासून संध्याकाळी हळदीकुंकवासाठी आम्ही बाहेर पडायचो. तिळगूळ आणि वाण घेत घेत या घरून त्या घरी जाता जाता एका घराशी मी अडखळले. त्या घराच्या दारात उदास, बापुडवाणी नजर शून्यात लावून साऱ्या जगाचा विसर पडलेली एक जराजर्जर म्हातारी बसली होती. अवतीभवती ज्या ज्या घरी गेले, तिकडे तिच्याविषयी चौकशी केली; पण कुणाला नीटसं काहीच माहीत नव्हतं. माहीत होतं ते एवढंच... तिचा मुलगा पंधरा वर्षांचा असताना घर सोडून पळून गेला, तो परत कधी आलाच नाही. त्याची वाट पाहत ती दिवस-रात्र अशीच बसून असते.

"तो येईल, एक दिवस नक्की येईल. मी दारात असले तर आपलं घर शोधणं त्याला सोपं जाईल," असं ती नवऱ्याला सांगायची. दोघांमध्ये त्यावरून वाद व्हायचे. समजावून सांगूनसांगून नवरा दमला. दहा-बारा वर्षांपूर्वी तोही गेला. तेव्हापासून शेजाऱ्यापाजाऱ्यांनी दिलं तर गिळते आणि आन्हिकापुरती उठते. दोघंही

# कल्पनातीत

कधी कुणात मिसळले नाहीत, की बोलले नाहीत. कुठून आले अन् काय! ना कधी त्यांच्याकडे कुणी आलं, ना ते कुणाकडे गेले.

बडोद्याहून परत आल्यावरही तिचा चेहरा डोळ्यांपुढून हलत नव्हता. राहून राहून मनात विचार येत होते, का असे एकलकोंडे राहिले असतील ते? कुठे गेला असेल तिचा मुलगा? आणि का? तिचं वय पाहता आता तो मुलगा जिथे कुठे असेल किंवा जर असेल, तर एव्हाना त्याची साठी उलटलेली असेल. काय करत असेल तो? इतक्या वर्षांत त्याला परत जावंसं वाटलं नसेल? मुळात तो घरून निघून जाण्याचं कारण काय असेल? काही अपराध घडला असेल का त्याच्याकडून? की आई-वडिलांशी बेबनाव होता? एव्हाना त्याची स्वतःची मुलं असतील, नातवंडंही असतील. समजा, अजाणत्या वयात त्याच्या हातून काही चूक घडली असेल, तर घडलेली चूक मुलांचा बाप झाल्यावर तरी त्याच्या लक्षात आली असेल का? तरीही तो का परतला नसेल? आपल्या जन्मदात्यांना एकदा तरी जाऊन पाहावं, असं त्याला वाटलं नसेल का? आपल्या आई-वडिलांच्या वयाचा अंदाज घेता त्यांना या वयात आधाराची गरज आहे, याची कधी त्याला जाणीवच झाली नसेल का? त्या म्हातारीच्या निस्तेज डोळ्यांत मुलाच्या नुसत्या दर्शनानेसुद्धा जीव येईल. जिथे कुठे असेल तिथून त्याने एकदा तरी जावं त्याच्या आईकडे, असं मनापासून वाटलं; पण आता त्या साठी उलटलेल्या म्हाताऱ्या मुलाला ती ओळखेल? अर्थाअर्थी काहीही संबंध नसताना डोक्यात अनेक प्रश्न, अनेक विचार घोंगावू लागले. डोकं भणाणून गेलं, स्वतःच्या वेडेपणाचं हसूही आलं. ज्या बाईचं आपल्याला साधं नावही माहीत नाही, जिचा मुलगा शोधून आपण तिच्याकडे पाठवू शकत नाही, तो या जगात आहे की नाही हेही माहीत नाही; त्याविषयी एवढा विचार का?

या साऱ्या मंथनातून एक निष्पन्न झालं आणि ते म्हणजे – एक काल्पनिक कहाणी त्याभोवती रचून मी तिला एका छोटेखानी कादंबरीचं रूप दिलं आणि एका साप्ताहिकाच्या संपादकाकडे पाठवलं. संपादकांचं उत्तरं आलं, "कथानक चांगलं आहे, क्रमशः छापू; पण कादंबरीचा अखेर असा अधांतरी, वाचकांवर सोडू नका. सुखान्त करा किंवा दुखान्त करा; पण शेवट हा हवाच!"

आज बऱ्याच दिवसांनी मूड बरा होता म्हणून लिहायला बसले. सुखान्त करायचा म्हणजे त्या म्हाताऱ्या स्त्रीला तिच्या मुलाचं दर्शन घडवायचं... कसं?

पेन हातात घेऊन मी सरसावून बसले. कागद पुढ्यात ओढले आणि दारावरची बेल वाजली. या वेळी कोण आलं असेल??

दारात एक साठी-पासष्टीचा माणूस उभा होता. पांढरा लेंगा, त्यावर फिकट निळा सिल्कचा झब्बा, डोळ्यांवर सोनेरी काडीचा चष्मा, त्यातून चमकणारे पपईच्या बीसारखे पिंगट डोळे, डोक्यावर विरळ केस. अरे! हा तर माझ्या कादंबरीचा

नायक... गोविंद भागवत. हुबेहूब हेच वर्णन माझ्या कादंबरीत केलं होतं मी त्याचं.

"आत येऊ का?" हलक्या आवाजात त्याने विचारलं.

"या ना, या, बसा." मी कसंबसं म्हटलं.

"तुम्ही मला कशा ओळखता?" त्यानं विचारलं.

"मी... मी कुठे ओळखते तुम्हाला?"

"मग... अनोळखी इसमाला तुम्ही घरात घेतलंत?" असं म्हणत तो सोफ्यावर बसला.

"न...नाही, तसं ओळखत नाही मी तुम्हाला; पण..."

"पण मी तुमच्या कादंबरीतला गोविंद भागवत वाटलो तुम्हाला, बरोबर?" त्याने सरळ शब्दांत विचारलं.

"अं... हो... पण..." असं अनपेक्षित कुणी येऊन विचारल्यामुळे मीही गोंधळले होते.

"मी खरोखरीच तो आहे." दोन्ही हात एकमेकांत गुंफत खाली पाहत तो म्हणाला.

"आँ?" मी एकाएकी तोंडाचा आ वसला.

"तसं माझं खरं नाव गणेश जोशी." थोडा वेळ थांबून त्याने विचारलं, "तुम्ही माझ्या आईला कशा ओळखता?"

"मी? मी नाही ओळखत त्यांना."

"मग हे हुबेहूब वर्णन कसं शक्य आहे?"

"म्हणजे एकदा बघितलंय मी त्यांना; पण त्या तुमच्या आई... म्हणजे... तुम्ही... छे! काहीतरी गोंधळ आहे." मी गोंधळून बोलले. "एक मिनिट थांबा. आपला अजून धड परिचय नाही आणि..."

"हे पाहा, अशा घाबरून, गोंधळून बोलू नका हो!" विनवणीच्या सुरात तो गृहस्थ म्हणाला, "मी तुम्हाला सांगितलं तसं मी गणेश जोशी. तुमच्या कादंबरीत ज्या म्हाताऱ्या स्त्रीचं वर्णन आहे ती माझी आईच असणार! कृपया मला तिचा पत्ता द्या. जन्मभर शोधून दमलोय मी." तो काकुळतीला येऊन म्हणाला.

"कुठे शोधलीत तुम्ही तिला?" मला उगाचच त्या गृहस्थाचा राग आला. पंधरा वर्षांचं वय हे तसं लहान नव्हतं. नाव, गाव, पत्ता जन्मभर लक्षात राहू शकेल इतका मोठा होता तो, जेव्हा त्याने घर सोडलं तेव्हा. तिथे आईवडील भेटले नसतील, तर निदान शेजारीपाजारी चौकशी तरी करायची.

"पार्ल्याला घरी गेलो होतो. शेजाऱ्यांनी सांगितलं आईबाबा घर सोडून कायमचे कुठेतरी निघून गेले. सगळ्या नातेवाइकांकडे विचारलं, बाबांच्या मित्रांकडे जाऊन आलो; पण छे!" बोलताबोलता त्याच्या डोळ्यांत पाणी तरळल्याचा भास झाला.

"घरून पळून जाण्याचं कारण?" माझा स्वर कोरडाच.

"जे तुम्ही कादंबरीत लिहिलंय तेच. मी पळालो नव्हतो. रिमांड होममध्ये होतो. सगळ्या वाईट सवयींमुळे आईवडिलांना कुणाला तोंड दाखवायला जागा ठेवली नव्हती. शेवटी एक दिवस पकडला गेलो. चोरी करताना पोलिसांनी पकडलं. तुमच्यापासून काय लपवायचं? जे तुम्ही लिहिलंय तेच घडलंय. माझ्यामुळे आईवडिलांना तोंड लपवत फिरावं लागलं असणार... नातलगांनी आणि ओळखीच्यांनी मला चौकशी करण्यापुरतंसुद्धा घरात घेतलं नाही; पण तुम्हाला ही हकिकत सांगितली कुणी?"

"नाही. सांगितली कुणीच नाही; पण मी लिहिलं तसंच झालं म्हणता, म्हणजे तुम्ही अनाथाश्रम वगैरे चालवता की काय?"

"अनाथाश्रम म्हणता येणार नाही; पण रिमांड होमच्या तीन बेवारस मुलांचं पालकत्व घेतलंय मी. मनातली ती 'सल' कमी करण्याचा विफल प्रयत्न आहे तो."

मी अवाक् झाले होते. काय बोलावं ते समजत नव्हतं. कळत-नकळत मी माझ्या कल्पनेने त्याचं जीवन रेखाटलं होतं. तोही प्रांजळपणे ते सारं कबूलही करत होता. मुकाट्याने एका कागदावर बडोद्याच्या त्या म्हातारीचा पत्ता लिहून त्याच्या हातात ठेवला. तो निघून गेला.

आता मन गंभीर झालं होतं. मती कुंठित झाली होती. माझी कल्पना खरी ठरली होती. योगायोगाने माझ्या कल्पनेने मी रेखाटलेलं कथानक त्याचं खरं जीवन होतं? कसं शक्य आहे हे?

नाही, असं घडू शकत नाही! आणि समजा, तसं घडलंच असेल तर तो निव्वळ योगायोग असेल. क्षणभरात एक विचार मनात चमकून गेला; कदाचित या माणसाने, गणेश जोशीने आजवर प्रसिद्ध झालेली कादंबरी वाचून त्यानुसार पेहराव करून उगाच माझी चेष्टा तर केली नसेल? अविचाराने पटकन म्हातारीचा पत्ता एका अनोळखी इसमाला दिल्याबद्दल मी थोडी खजील झाले; पण समजा, तो जे म्हणाला ते खरं असेल तर?

पुन्हा ती वृद्धा डोळ्यांसमोर आली. पंधरा वर्षांचं पोर पासष्ट वर्षांचं होऊन समोर येईल, तेव्हा तिला काय वाटेल? मधली सारी वर्षं जिच्या जाणिवेनेणिवेच्या पलीकडची होती, ती या गृहस्थाला आपला मुलगा मानेल? हा तिकडे पोहोचेपर्यंत ती जिवंत तरी असेल का? समजा, इतकं सारं होऊन तिने मानलंच, की हाच आपला मुलगा आहे, तर तो सुखद धक्का तिला सहन होईल?

मनाचा कौल सुखान्ताकडून आता दुःखान्ताकडे झुकला होता. पुढ्यातल्या

पेपर्सवर मी लिहू लागले...

गोविंदने दुरूनच पाहिलं, निश्चेष्ट पडलेल्या देहाभोवती शेजारीपाजारी जमले होते. ते त्याच्या आईच्या निर्वाणाची तयारी करत होते. गोविंद टाहो फोडून रडला. अवतीभवतीचे लोक त्याच्याकडे आश्चर्याने पाहत होते. अचानक या अनोळखी इसमाला म्हातारीचं इतकं भरतं का आलं?

चार खांद्यांवर म्हातारी शांतपणे विसावली होती. मागून गोविंद पाय खेचत होता. म्हातारीचे सर्वस्व असलेला गोविंद तिचा कुणी नसल्यासारखा चालला होता. त्याला ओरडून सगळ्यांना सांगावंसं वाटत होतं, ''मी तिचा मुलगा आहे हो!''... पण तसं सांगण्याचं धैर्य त्याच्यात नव्हतं. त्याला आता ही 'सल' घेऊनच जगायचं होतं.

दारावरची कर्कश बेल वाजली. एवढ्या जोरात बेल वाजवणारं कोण असावं असा विचार करत दार उघडलं, तर समोर गणेश जोशी उभे. ते तपकिरी पपईच्या बीसारखे डोळे भोवतालच्या लाल महिरपीत सुजलेले चष्म्यातूनही जाणवत होते. क्षणभर माझ्या काळजाचा ठोका चुकला.

''या ना, आत या.'' मी कसंबसं म्हणत त्यांना आत घेतलं.

जड पावलांनी आत येतायेता त्यांनी हंबरडा फोडला. रडून झाल्यावर ते उठले आणि म्हणाले, ''कालच्या साप्ताहिकात तुमच्या कादंबरीचा शेवट वाचला. तुम्ही शेवट वेगळ्या प्रकारे करू शकला नसता का? तुम्ही लिहिलंत तसंच झालं. आईला अग्नीही देऊ शकलो नाही मी. का असा दु:खान्त केलात?...आता यापुढे ही 'सल' घेऊनच मला जगायला हवं.''

जोशी आले तसेच पाय खेचत निघून गेले. मी मात्र दिङ्मूढ होऊन पाहत राहिले.

**(माझी वहिनी, दीपावली, २०१०)**

❖

**पेपरातल्या 'हेल्पर्स ब्युरो'**च्या टीचभर जाहिरातीकडे डॅडांनी डोळे किलकिले करून निरखून पाहिलं. रोज चार तासांची सुशिक्षित, सुविद्य सोबत. रोज फक्त ४०० रुपयांत; कसं परवडतं यांना इतक्या कमी पैशांत? कमी नाही तर काय? इव्हन लेस दॅन फाइव्ह पौंड्स! डॅडांचा आनंद त्यांच्या चेहऱ्यावर स्पष्ट जाणवला. हल्ली मिळतेय कुठे असली सुशिक्षित सोबत? तीही आपल्या मर्जीप्रमाणे वागणारी! डॅडा खूश झाले. ब्याऐंशी वर्षांच्या शरीरात ताकद नव्हती; नाहीतर त्यांनी आनंदाच्या भरात टुणकन उडीच मारली असती.

पार्किन्सनमुळे हात थोडेथोडे थरथरायचे. त्यामुळे भिंगातून बघूनही फोन नंबर नीट कळत नव्हता. त्यांनी मोठ्याने हाक मारली...

"रखमा!"

स्वयंपाकघरातून धावत बाहेर येत रखमाने म्हटलं, "जी?"

डॅडांना उशीर चालत नाही, हे इतक्या वर्षांत रखमाला माहीत झालं होतं. घरात होतं कोण दुसरं? एक डॅडा आणि त्यांच्या देखभालीसाठी सकाळपासून रात्रीपर्यंत ही रखमा. तीच तर त्यांचं सारं पाहत होती. त्या बदल्यात तिला पगारही चापून मिळत होता.

"या नंबरावर फोन लावून दे." डॅडांनी जाहिरातीवर थरथरत्या हातांनी पेनने वेटोळं करून पेपर तिच्या पुढे केला.

रखमाने कॉर्डलेसवर नंबर डायल करून फोन त्यांच्या हाती दिला. समोरून आवाज आला,

"नमस्कार, हेल्पर्स ब्युरो."

डॅडांचं उभं आयुष्य लंडनमध्ये गेलं. रिटायरमेंटला पेन्शन लागू झालं, तेही महिना एक हजार पौंड्स! पेन्शनसह डॅडांनी पुन्हा भारत गाठला. भारतात राहायचं म्हणजे प्रत्येक पौंडागणिक नव्वद-पंचाण्णव रुपये; म्हणजे डॅडांना बिनबोभाट

# एकटा

महिना घरबसल्या नव्वद-पंचाण्णव हजार मिळत होते. भारतात परतल्यावर तिकडून आणलेल्या पैशात त्यांनी हा राहता बंगला बांधून घेतला होता. त्याचा वरचा मजला एका बड्या कंपनीच्या बड्या अधिकाऱ्याला भाड्याने दिला होता. एकंदरीत घरात खाणारा जीव एक आणि पैसा धो धो येत होता. पाश होता कुठे मागे? एक लेक आहे – 'मनाली'. ती दूर आयर्लंडला असते. येते कधीतरी दोन-तीन वर्षांनी. बहुधा बघायला येते; बाप जिवंत आहे का?

मकरंदची, डॅडांच्या मुलाची त्यांना आज आठवण झाली. मनोरमाने, त्यांच्या पत्नीने आवडीने मुलाचं नाव मकरंद ठेवलं होतं. ती साक्षेपाने त्याला मकरंद असंच म्हणायची. डॅडा मात्र त्याला 'मॅक' म्हणायचे. रानड्यांचं रत्न आधीच गोरंपान, त्यात डॅडांची दमदार 'मॅक' अशी हाक! पोरगं अगदी युरोपातलंच वाटायचं. डॅडांनाही आपण युरोपियन असल्यासारखंच वाटत होतं; पण रिटायरमेंटनंतर मर्यादित पेन्शनवर लंडनमध्ये भागणार नव्हतं आणि जवळ असलेल्या पैशांत किती दिवस भागणार? एकंदरीत तिथे खूपच गरिबी जाणवली असती. म्हणून त्यांनी भारतात परतण्याचा पर्याय निवडला. नाहीतर हा काय देश आहे डॅडांसारख्यांनी राहण्यासारखा? मॅक तिथेच राहिला असता, तर गोष्ट वेगळी होती. एकत्र कुटुंबाची भारतीय परंपरा तिथेही चालू ठेवता आली असती; पण त्याला तिथे जी नोकरी मिळाली, त्या नोकरीनेच घात केला. कंपनीच्या भारतातल्या शाखेची जबाबदारी त्याच्यावर सोपवून त्याला जर त्या कंपनीने भारतात पाठवलं नसतं, तर त्याला सुचित्रा कधीही भेटली नसती...

सुचित्राची आठवण होताच डॅडांचा चेहरा रागाने लालबुंद झाला. डॅडा रिटायर होऊन भारतात परत येईपर्यंत मकरंद आणि सुचित्राचा चांगला दहा वर्षांचा संसार झाला होता. नंदन आणि नेत्राचा जन्मही झालेला होता. सावळ्या पण तजेलदार रंगाची, गरिबीतून वर आलेली, तरतरीत, स्वाभिमानी सुचित्रा डॅडांच्या पसंतीला कधीच उतरली नव्हती. त्यांच्या लाडक्या मॅकची बायको कशी असावी, याविषयीच्या त्यांच्या कल्पनेला सुचित्राला पाहताच तडा गेला होता. रुबाबदार, गोरापान, हजारांत उठून दिसणारा मॅक; त्याने हिच्यात नेमकं काय पाहिलं? घरात वावरणारी ही विजोड जोडी डॅडांच्या डोळ्यांना खटकत होती.

दहा वर्षांच्या सुखाच्या चौकटदार कौटुंबिक जीवनात अचानक डॅडा आणि मनोरमाबाईंचं कायमचं बस्तान आल्यावर चौकट जरा विस्कटलीच. असंतुष्ट डॅडा आणि भारतीय मातीत रुजलेली नातवंडं आणि काळीसावळी सून! डॅडांना ती नजरेसमोरही नको असायची. स्वत: त्या घरात उपरे असूनही त्यांचा रागराग करताना डॅडा बेभान व्हायचे.

"हे बघ, डॅडा, आपण काहीही झालं तरी या घरात उपरे आहोत. तुझी जीभ

आवरती घे तू. उतारवयात आपल्याला यांचाच आधार आहे. त्यांच्या कलाने घे; नाहीतर वाट्याला एकटेपणा येईल.'' मनोरमा परोपरीने सांगून थकली; पण त्या वेळी साठी नुकतीच ओलांडलेल्या डॅडांच्या अंगी अजून रग होती.

''आधार हवा कशाला आपल्याला? त्यापेक्षा आत्ताच वेगळे राहू, स्वतंत्र राहू. जाणार कुठे गं? पैसा आहे माझ्याकडे. आपोआप येईल तळवे चाटत. माहीत आहे ना! एकुलता एक पोर आहे; पण स्वकष्टार्जित आहे म्हणावं. एक दमडीही देणार नाही!''

''त्यांना नकोय तुझी दमडी. गेल्या दहा वर्षांत मागितलं का त्यांनी काही? त्या पैशांत नंतर एकटं राहावं लागलं नाही म्हणजे झालं!''

मनोरमा तेव्हा किती खरं बोलत होती! तिचा प्रत्येक शब्द खरा ठरला. भरपूर पैसा आहे. त्या पैशांत हा बंगला बांधला; पण भोवती कोणीच नाही. मनोरमा सोडून गेली, मकरंदला अवेळीच वयाच्या चाळिशीत जोरदार हार्ट ॲटॅक आला आणि अवघ्या काही तासांत तोही सोडून गेला. त्यानंतर डॅडांच्या अहंकाराने आणि सुचित्राच्या स्वाभिमानाने गेल्या पंधरा वर्षांत एकमेकांना दर्शनच दिलं नव्हतं.

तीन दिवस झाले. ब्युरोची माणसं येतात दिवसाचे चार तास बसायला! पुअर पीपल! किरकोळ पैशांसाठी बसतात चार तास न कुरकुरता! पण एक मात्र नक्की, येणारा प्रत्येक जण आहे मात्र हुशार! डॅडांच्या भाषेत व्हर्सटाइल! धार्मिक ग्रंथांपासून आजच्या पॉलिटिक्सपर्यंत कोणत्याही विषयावर बोला! पुन्हा बोलणं मधाळ, प्रेमळ! तीन दिवसांत डॅडांना जणू ब्युरोच्या माणसांचं व्यसनच जडलं होतं. आजही सकाळी त्याचमुळे कधी नव्हे ते लवकर अंघोळ आटोपून डॅडा नऊच्या आधीच त्यांची वाट पाहत आरामखुर्चीत बसले होते. त्यांना एकच प्रश्न पडला होता की, रोजरोज त्याच माणसाला का पाठवत नाहीत? रोज येणारा माणूस वेगळा! पुन्हा त्याच्याशी नवी ओळख करा. आज कोण येईल? गॉड नोज!

डॅडांनी वरच्या दिशेने हात केले आणि ते मनाशीच पुटपुटले, ''या बाबांनो, जे कोणी येताय ते या लवकर. किमान काही तास तरी सोबत मिळते रे कुणाची तरी. नंतर आहेच की दिवसभर मी एकटा!''

वाट पाहून पाहून डॅडा कंटाळले. राहून राहून त्यांचं घड्याळाकडे लक्ष जात होतं. घड्याळात पावणेदहा झाले होते. ब्युरोने नऊची वेळ चुकवली होती. भारत याचमुळे मागे पडतो. वेळेची किंमत नाही इथल्या लोकांना. ही अशी वाट पाहत बसणं डॅडांना पटत नव्हतं.

'अरे, दिवसाला सहाशे रुपये घ्या; पण या की लवकर! घरात बोलायला कोणी नाही, बाहेर पडायलाही बंधनं येतात. म्हणून, लेकांनो, तुम्हाला विचारतोय! नाहीतर

ढुंकूनही पाहिलं नसतं तुमच्याकडे.'

डॅडा मिनिटागणिक मनात तणतणत होते. हल्ली नाही म्हटलं तरी एकटेपणा डॅडांना जाणवत होताच. जगात आपण एकटेच आहोत... खरंच एकटे आहोत? की स्वत:ला एकटं पाडलंय आपण? मनोरमा म्हणायची तसं! त्या वेळी थोडं समजुतीने घेतलं असतं तर आज सुचित्रा, नंदन, नेत्रा कदाचित आपल्याभोवती असते. छे! डॅडांनी मान झटकून विचार दूर सारण्याचा प्रयत्न केला.

हल्ली जराजराशाने सुचित्राची आठवण का होते? तरुण वयात तिच्यावरही विदारक प्रसंग आला. मकरंद गेला तेव्हा पस्तिशीची तर होती! रंगाने कशी का असेना; पण तरुण होती, पदरी दोन पोरं होती. कसे दिवस काढले असतील? कसं मोठं केलं असेल नंदनला, नेत्राला? कसं जपलं असेल आपलं तरुण वय या विषारी समाजात राहून? पण हे त्या वेळी आपल्याला जाणवलंच नाही. पोटचा मुलगा गेला त्या दु:खापेक्षा आता सुचित्राची परवड होणार, याचं असुरी सुख त्या वेळी आपल्याला जास्त वाटलं का? आज त्यांनी आपल्याभोवती असावं असं वाटतंय; पण त्या वेळी मनात कुठेतरी सुप्त इच्छा होतीच, की तिने हातापाया पडून आपला आधार मागावा. दिला असता की आपणही उपकार केल्यासारखा! तिला मिंधं करून ठेवायला आपणही आसुसलेलेच होतो. भारतात पाऊल टाकल्यापासून तिच्यामुळे होणाऱ्या मनस्तापाचा बदला घ्यायला आतुर होतोच आपण. एकुलता एक मुलगा जाण्याच्या दु:खातही आपण असा विचार करू शकत होतो? एवढा अहंभाव?

आपण त्या वेळी आधारवड झालो असतो, तर त्याच्या सावलीत वाढणाऱ्या या पारंब्यांचा आधार आज या मुळाला, खोडाला झाला असता आणि आज हे असे विकतचे आधार घ्यावे लागले नसते.

डॅडांनी भकास नजरेने आवारातल्या फुललेल्या बागेकडे पाहिलं. कडेला दूरवर दहा-बारा निलगिरीची उंच, पांढरट खोडं एकेकटी उभी होती. ना कुणाला त्यांचा आधार ना त्यांना कुणाचा. ऊन-पावसाचे तडाखे खात, सोलवटलेली स्वत:ची काया सावरत एकटीच उभी होती. गेल्या वादळात त्यातलं एक जुनं खोड उन्मळून पडलं, तरीही ती तशीच उभी होती, अजूनही! अगदी आपल्यासारखी! पायाखाली आपलाच पाचोळा घेऊन!

विचारासरशी डॅडा चमकले. उन्मळून पडलेल्या झाडाची आज आपल्याला आठवण का व्हावी? आपलंही खोड आता जुनं झालंय. आधाराशिवाय अजून तसंच उभं आहे. काय सांगावं? येणाऱ्या वादळात...

बेलच्या आवाजाने डॅडांची तंद्री भंगली. रखमाने लगबगीने येऊन दार उघडलं.

''ब्युरोहून बाई आल्याईत आज, दादा.'' तिने डॅडांना माहिती पुरवली.

डॅडांनी हातानेच 'येऊ दे तिला' अशी खूण केली.

प्रौढत्वाच्या रुपेरी खुणा कानाभोवती जाणवणारी काळीसावळी शेलाटी स्त्री डॅडांच्या समोर उभी ठाकली. सोनेरी काडीचा चष्मा, त्यातून दुसऱ्याच्या मनाचा ठाव घेणारे तेच डोळे! ही सुचित्राच! छे, भास झाला आपल्याला. तिची आठवण काढत होतो आपण म्हणून भास झाला.

"या... या बसा." म्हणत डॅडांनी जवळच्या टेबलावरचा चष्मा उचलून डोळ्यांवर चढवला. अजूनही ती स्त्री तशीच उभी होती. डॅडांनी चष्म्यातून तिच्याकडे पाहिलं आणि चीत्कारले... "तू?"

"तुमची हरकत नसल्यासच! अन्यथा परत जाईन. तुमचं-माझं नातं ब्युरोला माहीत नाही. नाव-पत्ता हातात आल्याक्षणी मला कळलं होतं, की आज तुम्हीच भेटणार! पण ही माझी नोकरी आहे; ब्युरो सांगेल त्या ठिकाणी जायलाच हवं; पण तुम्ही नाकारू शकता." एका दमात सुचित्रा बोलून गेली. डॅडा अवाक् होऊन खुर्चीतच बसून होते. अशा प्रकारे सुचित्रा सामोरी येईल, अशी त्यांना अपेक्षाच नव्हती.

"मी माझ्या व्यवसायाशी प्रामाणिक आहे, मि. रानडे," सुचित्रानेच बोलणं पुढे चालू केलं. "तुमचं-माझं नातं विसरून एका अनोळखी माणसाला द्यावी तशी सोबत मी तुम्हाला देऊ शकते. तुमच्या आत्ताच्या मानसिक अवस्थेतून मी मघाशीच गेलेय. यावं, न यावं, की आज सरळ रजाच टाकावी, अशी द्विधा मन:स्थिती झाली होती; पण आल्या प्रसंगाला धीराने सामोरं जायचं आता अंगवळणी पडलंय. आता निर्णय तुम्ही घ्यायचाय!" प्रत्येक शब्द स्पष्टपणे उच्चारत सुचित्राने आपलं बोलणं संपवलं आणि डॅडांच्या उत्तराची वाट पाहू लागली.

डॅडांची तर जणू वाचाच बंद झाली होती. 'कशी काढली असतील तिने गेली पंधरा वर्षं?' या काही वेळापूर्वी त्यांच्या मनात आलेल्या प्रश्नाचं उत्तर त्यांच्यासमोर उभं होतं. त्यांना किरकोळ वाटणाऱ्या त्या चारशे रुपयांसाठी ती रोज... तरीही डोळ्यांत तोच स्वाभिमान! बोलण्यात तोच करारी आत्मविश्वास, राहणीत तीच टापटीप! आपल्याला तिला सावली देणं सहज शक्य असताना तिने रणरणत्या उन्हात जन्मभर असं करपावं?

डॅडांना क्षणात गलबलून आलं. हल्ली आपल्याला झालंय काय? इतके भावुक आपण कधीच नव्हतो. सुचित्राला पाहून आज खूप बरं वाटतंय. दोघांच्यात असलेला दुवा कधीच निखळला असला, तरी आपलं कोणीतरी आहे आणि तेही या क्षणी आपल्या समोर आहे! माझ्या मुलाची बायको, माझ्या नातवंडांची आई! नातवंडं! नंदन-नेत्रा – ती काय करत असतील सध्या? कुठे असतील? या जगात आपला एक म्हातारा आजोबा आहे, हे त्यांना आठवत तरी असेल? ती आता कशी दिसत असतील? आपण त्यांना पाहिलं तेव्हा नंदन होता बारा वर्षांचा आणि नेत्रा

नऊ वर्षांची... पोरांनी बापाचा रंग आणि आईचा साधेपणा उचलला होता. दिसत असेल का नंदन आता मकरंदसारखा? तसाच गोरापान, रुबाबदार, भारदस्त?

"मि. रानडे, काय निर्णय घेताय तुम्ही?" सुचित्राने उत्तराची वाट पाहून पुन्हा विचारलं.

"अं?" विचारातून बाहेर येत डॅडांनी विचारलं, "मला तू डॅडा म्हणायचीस हे विसरलीस का?"

"नाही, मी काहीही विसरलेले नाहीय. म्हणूनच तशी हाक मारली. तुम्हीच म्हणाला होतात ना, की तुम्ही माझे कोणी नाही म्हणून? मग कोणत्या अधिकाराने डॅडा म्हणू तुम्हाला?" किंचित दुखऱ्या पण स्पष्ट आवाजात सुचित्रा उत्तरली.

तिचा तो स्वर डॅडांच्या काळजाला भिडला. ती जे बोलत होती, त्यात चुकीचं काय होतं? भूतकाळात जे पेरलं होतं, त्याचीच ही परतफेड होती.

"ये, बैस! नशिबाने पुन्हा एकदा आपल्याला एकमेकांसमोर आणलंय. बघू या संवाद होतो का ते!" डॅडा कसेबसे अपराधी स्वरात म्हणाले. "नंदन-नेत्रा कसे आहेत?"

त्यांच्या समोर सोफ्यावर बसत सुचित्राने मानेनेच 'बरे आहेत' असं उत्तर दिलं आणि हळूच विचारलं, "तुम्ही बरे आहात ना?"

"हं, बराच म्हणायचं!"

दोघंही आमनेसामने बसले; पण नेमकं काय बोलावं, ते दोघांनाही कळत नव्हतं. वर्षानुवर्षांची दोघांच्यात तयार झालेली दरी दोघांच्यात मोकळा संवाद घडू देत नव्हती. कधीकधी अनोळखी परवडले; पण मनात पीळ असलेली नाती संवाद थांबवतात हेच खरं!... तोही इतका जुना पीळ! पण मग सुचित्रानेच मौनाला तोंड फोडलं.

"मी... मी तुम्हाला काही वाचून दाखवू का? आजचा पेपर, किंवा आणखी काही?"

"नको. आज आपण गप्पाच मारू. खूप बोलायचंय तुझ्याशी." डॅडांनी प्रथमच तिच्याविषयी आत्मीयता दाखवली. "तुला कदाचित खोटं वाटेल; पण तू येण्याआधी मी तुझीच आठवण काढत होतो."

सुचित्राने चमकून आश्चर्याने डॅडांकडे पाहिलं. वार्धक्याने डॅडांना पार बदलून टाकलं होतं. हेच का ते जिव्हारी घाव घालणारे डॅडा? स्वत:च्या हुकमतीने घराचा ताबा घेऊ पाहणारे डॅडा? आपल्याला ब्लॅक, मिडल क्लास, अनकल्चर्ड म्हणणारे डॅडा? मकरंदवर जादू करणारी 'विच' म्हणणारे डॅडा? 'गेट लॉस्ट यू बास्टर्ड! डोन्ट शो मी युअर अग्ली फेस अगेन,' असं मकरंदच्या पश्चात म्हणणारे डॅडा?

गेल्या वीस वर्षांचा पट झरझर तिच्या डोळ्यांसमोरून हलला. ती अस्वस्थ

झाली. चेहऱ्यावरचे भाव भराभरा पालटू लागले. इथे येताना मनाला लाखदा बजावूनही ते बंड करून उठलं. जिव्हारी लागलेले घाव डॅडांच्या मायेच्या स्वराने खदखदू लागले. ही माया मकरंद सोडून गेला तेव्हा कुठे होती? आता तिच्या वैराण आयुष्यात वडीलकीच्या नात्याने कुणी प्रेमाने फुंकर घालावी, याची तिला सवयच राहिली नव्हती. तिथे त्यांच्यासमोर बसणं तिला असह्य झालं. ती चुळबुळत जागेवरून उठत म्हणाली, "मी निघते, डॅडा! ब्युरोला कळवीन मी – 'मला बरं वाटत नाहीये.' मी इथे यायलाच नको होतं."

"सुचित्रा, प्लीज नको जाऊस," डॅडा घाईघाईत आर्जव करत म्हणाले. "आज आलीच आहेस तर थांब ना! मला हक्क नाही; तरीही विनवतो, या म्हाताऱ्यासाठी तेवढं कर!" स्वत:च्या थरथरणाऱ्या हातांचा आधार घेत डॅडांनी उभं राहून हात जोडले आणि बधिरल्यासारखी सुचित्रा बद्कन पुन्हा जागेवर बसली.

डॅडांनी हाक मारली, "रखमा! दोघांसाठी कॉफी आण."

काल तसं फारसं काहीच बोलणं झालं नाही, म्हणावं तशी सुचित्राही मोकळी झाली नाही; पण तरीही डॅडा सुखावले होते. जगात आपलं म्हणायला कोणीतरी आहे, ही भावनाच जगण्यासाठी किती ऊर्जा देऊन जाते! प्रतिकूल परिस्थितीशी झगडून, डॅडांनी दिलेल्या मनस्तापाला गिळून मुलांना मोठं करणारी सुचित्रा; आज डॅडांच्या घरी जात असल्याची कल्पना असूनही कोलमडली होती. डॅडांकडे जाण्यापूर्वी मनोमन तिने डॅडांशी कसं वागायचं, हे ठरवून ठेवलं होतं; पण प्रत्यक्षातले डॅडा तिच्या कल्पनेत बसले नव्हते. तलवार घेऊन लढाईच्या मैदानात उतरावं आणि समोरच्याच्या हातात लोण्याची सुरी पाहावी ना! वार करणार तरी कसा ती? आपल्या माणसाने दाखवलेला परकेपणा कसा हृदयात सलतो, याची जाणीव द्यायची होती तिला डॅडांना! कोण तुम्ही? माझ्या नोकरी-व्यवसायातलं काम म्हणून मी तुमच्या घरी आले. आज कोणी पुरुषमाणूस तुमच्याकडे यायला उपलब्ध नव्हता म्हणून मी आले. मनात वाटतही होतं कुठेतरी, की तुम्हाला दाखवावं मी तुमच्या आधाराशिवाय मुलांना कसं व्यवस्थित मोठं केलंय! बघायचा होता तुमचा तो अहंकारी चेहरा उतरलेला! पण ते काम तुमच्या वार्धक्याने आधीच केलंय. काळानं एका वाघाची गोगलगाय केलीय. मी काही करावं, असं बाकीच ठेवलं नाहीये.

मकरंदने मागे ठेवलेल्या शिलकीत मुलांची शिक्षणं व्यवस्थित पार पडली, नेत्राला जोडीदारही चांगला भेटला. ती दिल्लीत स्थायिक झाली. नंदन मात्र पुढील शिक्षणासाठी लंडनला गेला आणि तिथेच नोकरीला लागला. त्याने खूप आग्रहाने बोलावलं म्हणून पुढील महिन्यात सुचित्रा तिथे निघण्याच्या तयारीत असताना अचानक अशा प्रकारे डॅडा सामोरे आले आणि सुचित्रा अंतर्बाह्य ढवळून निघाली.

ती रात्र बेचैनीतच गेली. पहाटेला डोळा लागला आणि सकाळी जराशी उशिरानेच जाग आली. अंगात मरगळ होती. तिने घड्याळात पाहिलं. आठ वाजले होते. एव्हाना रोज तिची पूजाअर्चाही आटोपलेली असायची; पण आज कुठे जायची इच्छाच नव्हती. तिने ब्युरोला फोन करून रजा टाकली. तसंही ब्युरोचा तिचा हा शेवटचाच महिना होता.

"खूप केलंस आजवर. आता पुरे. आता स्वत:साठी जग." नंदनने प्रेमळ ताकीद दिली होती आणि तिच्या लंडनला जाण्याची पूर्ण तयारीही केली होती. तो तिला तिथे घेऊन जाण्यासाठीच तर पुढल्या महिन्यात इथे येणार आहे; पण हे सगळं काल डॅडांना आपण सांगितलंच नाही. 'नंदन बरा आहे' असं मानेने सांगण्यापलीकडे आपण नंदनविषयी काहीच बोललो नाही. का? अजूनही आपण डॅडांना घाबरतो म्हणून, की त्यांच्या नजरेच्या टप्प्यातून नंदनला दूर ठेवायचं होतं म्हणून? जीवनात जे काही मिळवलं त्याला डॅडांची नजर लागायला नको असं वाटलं का?

सुचित्राला कालची डॅडांची नजर आठवली. व्याकूळ, आर्जवी! त्यात बहुधा पाणी तरळलं होतं का? की तो भास होता? त्यांना आधार हवा होता, आपल्या माणसांचा. माणसाच्या मनाची ही किती विचित्र तऱ्हा असते, नाही? जेव्हा तो आधार देऊ शकतो, तेव्हा तो उन्मत्त असतो; आणि स्वत:ला आधाराची गरज भासते तेव्हा त्याला जाणवतं की, माणूस जोडण्याची वेळ आयुष्यातून केव्हाच निघून गेलीय. डॅडांचं तसंच काहीसं झालंय. काल तिथून निघताना किती आर्जवी स्वरात विनवत होते...

"सुचित्रा, उद्या येशील ना परत भेटायला? मी वाट पाहीन."

आज त्यांना आपल्या आधाराची गरज आहे. आपणही त्यांच्यासारखंच वागायचं का? तसंच बेदरकार, मग्रूर, उन्मत्त? ते दृष्टीआड होते तेव्हाची गोष्ट वेगळी होती. त्यांची आपल्याकडून अपेक्षाही नव्हती आणि आपल्या आयुष्याचा प्रवाहही वेगळीकडेच होता. त्यांचं आपल्याशी असलेलं नातं, ती केविलवाणी आर्जवं आपल्याला विसरता येतील? नाती निवडण्याचा अधिकार आपल्याला नसतोच; आपण फक्त ती निभावून नेत असतो. डॅडांनी तीही निभावली नाहीत. त्यांना तशी कधी गरजच भासली नसावी. मग आता आपण एवढा विचार का करायचा?

विचार झटकून सुचित्रा उठली. स्वत:ची सगळी कामं उरकली. रात्री जेवणही धड गेलं नव्हतं. तसंही एकटीसाठी करणार काय आणि किती? आता चांगलीच भुकेची जाणीव होत हाती. तिने उपम्यासाठी रव्याचा डबा हातात घेतला. अर्धी वाटी रवाही एकटीसाठी जास्तच होता. डॅडा रोज काय खात असतील? आपल्या हातचा उपमा डॅडांना खूप आवडायचा. तोंडभरून कौतुक मात्र कधी केलं नाही. ममा म्हणायच्या, "डॅडानं पुन्हा मागितलं याचा अर्थ त्याला तो पदार्थ आवडलाय. तोंडून

दोन शब्द वाखाणण्यासाठी बोललं तरी अन्नपूर्णा प्रसन्न होत असते, हे त्याला नाही कळत. तू मनावर घेऊ नकोस. माझा मकरंद भाग्याचा; म्हणून त्याला तुझ्यासारखी अन्नपूर्णा भेटली.''

चवीने खाणारा मकरंद गेला, समजून घेणाऱ्या ममाही गेल्या. आता मुलंही इथे नाहीत. कुणी खाणारी तोंडंच अवतीभवती नाहीत; मग करायचं कुणासाठी? बऱ्याच अवधीत चवीने काही केलेलं नाही. डॅडा आता बदललेयत. आज ते माझी वाट पाहत आहेत. रखमा जे करते ते त्यांना निमूटपणे गिळावं लागत असेल. आजचा दिवस जावं का उपमा घेऊन त्यांच्यासाठी? कदाचित आता त्यांना आपण केलेलं खाताना बरंही वाटेल. काल ते म्हणत होते, 'मनोरमा म्हणायची तशी अन्नपूर्णा रुसलीय माझ्यावर. तेव्हा सहज मिळत होतं, तर त्या अन्नाची किंमत कळली नाही. आता कितीही हपापलो तरी काय उपयोग? देहधर्मासाठी जे समोर येईल ते गिळावंच लागतं.'

काहीशा निश्चयानेच तिने झटपट उपमा केला, डब्यात भरला आणि डॅडांच्या घरची वाट धरली.

थरथरणाऱ्या हातांनी चमच्यातून तोंडात जाणाऱ्या प्रत्येक घासाबरोबर डॅडांचे अश्रू डोळ्यांवाटे बाहेर पडत होते. त्या डोळ्यांत कृतज्ञता होती, अपराधी भाव होता. स्वत:विषयी कदाचित घृणाही असावी. त्यांना खूप काही बोलायचं होतं; पण ते सारं ते डोळ्यांतूनच बोलत होते.

सुचित्राच्या डोळ्यांच्या कडाही ओलावल्या. अशा अगतिक डॅडांना कधी पाहावं लागेल, अशी तिने कधी कल्पनाही केली नव्हती.

''सुचित्रा, गेली पंधरा वर्षं मी या चवीसाठी आसुसलो होतो. माझ्या कर्माची शिक्षा भोगली मी.'' हातातली बशी टेबलावर ठेवत डॅडा म्हणाले, ''मीच करंटा! आपल्या माणसांना दूर लोटलं. क्षमा कर मला.'' त्यांनी तिच्यापुढे हात जोडले.

''असं बोलू नका, डॅडा,'' सुचित्रा कळवळून म्हणाली. ''मी तरी कुठे मागे वळून पाहिलं?''

''तुझी आणि नंदन-नेत्राची माझ्या अहंकारामुळे परवड झाली. मी चुकलो; पण आता मला माझी चूक सुधारायची आहे. माझ्यासाठी एक करशील?''

सुचित्रानं प्रश्नार्थक नजरेनं डॅडांकडे पाहिलं.

''यापुढे ब्युरोमध्ये जाऊ नकोस. हे सारं तुझंच आहे.''

''नाही डॅडा, यातलं मला काही नको. ब्युरोमध्ये तशीही मी आता जाणार नाही. नंदन येतोय मला लंडनला घेऊन जायला पुढच्या महिन्यात.''

डॅडांचा चेहरा कसनुसा झाला.

''डॅडा, राग मानू नका,'' सुचित्रा म्हणाली. ''पण अस्तित्वासाठी झगडता झगडता या आयुष्याने खूप रंग दाखवले. आपले परके झालेले अनुभवले, तसेच

परक्यांनी आधारही दिला. जेव्हा गरज पडली तेव्हा हाकेला देवासारखी माणसं धावून आली, जीवन निभावलं गेलं. मुलांची शिक्षणं पार पडली, दोघंही मार्गी लागली. त्यांच्या मनातला माझ्याविषयीचा आदर हीच माझी जमापुंजी आहे. तेवढी शिदोरी गाठीशी आहे, तीच खूप आहे.''

डॅडांना काल रात्री आलेला मनालीचा फोन आठवला, ''बरोबर आहे, डॅडा. आता सुचित्रा येणारच तुमच्याकडे! म्हणत असेल, राहिलेयत किती दिवस आता यांचे? मग आहेच सारं काही आपलं. गेली पंधरा वर्षं दुरून म्हाताऱ्या सासऱ्याची फरपट पाहिली असेल नुसती! तेव्हा का नाही आली? तेव्हा एवढ्या लांबून मीच पाहत होते ना तुमचं सगळं? बरं झालं, गेल्या वेळी मी आले तेव्हा सगळीकडे नॉमिनेशनसाठी माझं नाव लावून घेतलं! मला वाटलंच होतं हे असं घडेल म्हणून.''

आत्ताही ते सारं आठवून डॅडांची मान खाली झुकली. त्यांच्यासमोर ताठ मानेने बसलेल्या सुचित्राच्या नजरेला त्यांना सामोरं जाता येत नव्हतं.

काही क्षणांच्या या शांततेला भेदत फोनची घंटा वाजली. आज प्रथमच डॅडांच्या हृदयाचे ठोके त्यांना ऐकू येऊ लागले आणि फोनची घंटा नकोशी वाटली. सुचित्रा फोन उचलण्यासाठी उठली; पण डॅडांनी तिला तसंच बसून राहण्याची खूण केली. खात्रीने हा फोन मनालीचा होता. दुसरं करतं कोण फोन आपल्याला? या घरात पंधरा-वीस दिवसांनी एकदा रिंग वाजते; तीही फक्त मनालीची! कदाचित नॉमिनेशन एनकॅश करण्याची वेळ आलीय का, ते पाहण्यासाठी करत असावी. काल सुचित्राबद्दल सांगितल्यापासून बिथरली आहे ती. आज ती कदाचित येईल, असं सांगितलं होतं तिने. नकोच दोघींनी आमनेसामने यायला. मनाली काहीबाही बोलली, तर आपण आपल्या नजरेतून आणखी उतरू की काय, असं डॅडांना वाटलं. नकोच तो फोन उचलायला. फोन शांत झाल्यावर सुचित्रा उठली.

''डॅडा, इथे आहे मी तोवर येत जाईन रोज एकदा; पण आता मात्र निघते. मन सैरभैर झालं होतं काल. झोपही लागली नाही. आज आराम करते घरी जाऊन.''

सुचित्राने डॅडांचा निरोप घेतला. ती संथ पावलांनी बाहेर जाईपर्यंत डॅडा तिच्या पाठमोऱ्या आकृतीकडे पाहत राहिले. ती दृष्टिआड होताच त्यांनी हाक मारली, ''रखमे.''

'जी' म्हणत धावत आलेल्या रखमाला त्यांनी फर्मावलं, ''फोन दे इकडे. फोन नंबर्स लिहिलेली डायरीपण आण.''

हव्या त्या ठिकाणी फोन लागला. समोरून 'हॅलो' ऐकू येताच डॅडा म्हणाले, ''मी रानडे बोलतोय. ॲडव्होकेट रास्ते बोलताय? आजच योग्य त्या तजविजीनिशी या. मला मृत्युपत्र करायचंय. ॲंड इट्स अर्जंट!''

**(माहेर – ऑक्टोबर, २०११)**

❖

**सकाळी शेवडेकाकूंचं पत्र** आल्यापासून लक्ष्मी सैरभैर होती. नेमकं काय घडतंय, ते तिला कळत नव्हतं; पण जे घडतंय ते आपल्यासाठी योग्य नाही, एवढं मात्र तिला समजत होतं. राघव आणि मिताचा आनंद मात्र चेहऱ्यावरून उतू जात होता. आज जेवतानाही कधी नव्हे तो मिताने त्यांचा आवडता शिरा केला होता. इतकंच नाही तर रात्री ड्यूटीवर भूक लागली तर, म्हणून डब्यातही भरून जबरदस्तीने सोबत दिला होता. इतकी वर्षं आपण नाइट ड्यूटी करतोय; तेव्हा कधी आपल्या भुकेची आठवण झाली नव्हती तिला! आज अचानक? बळी देताना बोकडालाही पोटभर खाऊ घालतात, असं म्हणतात.

"काही होणार नाही. श्रीधर आणि श्रीकांत घेतील तुझी काळजी." पुन्हापुन्हा राघव सांगत होता. शिवाय एवढाला पैसा इथे आम्हाला देऊन तिथे तुझ्या सगळ्या गरजा भागवणार ना ते! बदल्यात काय? त्यांच्या घरी त्यांची आई होऊन राहायचं, बस्स!"

राघवला 'आई' म्हणायचं होतं की 'आया'? पण लक्ष्मीचं मत विचारात घ्यायला कुणालाच फुरसत नव्हती. तसं गेले कितीतरी महिने राघव अंगात संचारल्यासारखं काहीबाही करत होता. आपले ढिगाने फोटो काय काढले, कसल्या कसल्या कागदांवर आपल्या सह्या काय घेतल्या...

परवा तर पोलीस घरी येऊन विचारूनही गेले, "लक्ष्मी वाळिंबे तुम्हीच का?" पोलीस दारात पाहून घाबरगुंडीच उडाली होती; पण राघवने त्यांचं अगदी उत्साहात स्वागत केलं, तेव्हा कुठे थोडं हायसं वाटलं!

"लक्ष्मीबाई, पासपोर्ट काढताय? मजा आहे. कुठं, निघालात कुठं?" पोलीस विचारत होते. आणि आपण मूर्खासारखे हा काय प्रकार आहे, म्हणून बघत राहिलो होतो.

"अहो, अमेरिका गाठायचीय, मामा!" राघव उत्तरला.

"ड्यूटी हो आमची. अर्जदार माणूस दिलेल्या जागेवर आहे, याची खात्री करून

# मानिनी

घ्यावी लागते!'' – पोलीस.

पुढे तो पोलीस आणि राघव काहीबाही बडबडत होते. मध्येच कुठेतरी त्या पोलिसाने आपली सही आणि अंगठा घेतला आणि तो मार्गी लागला, तेव्हा लक्ष्मीच्या तोंडून शब्द फुटले, ''हा काय प्रकार आहे, राघव?''

''तुला अमेरिकेला जायचंय.'' – राघव.

''कुठे? आणि कधी? कशासाठी?''

''श्रीधर-श्रीकांतकडे! त्यांना तुझी गरज आहे.''

''पण हे ठरवलं कोणी? मला तू काहीच विचारलं नाहीस!''

''त्यात विचारायचं काय? लॉटरी लागलीय आपल्याला.''

''तू काय बोलतोयस ते तुला तरी कळतंय का?''

''हे बघ, अगदी सोप्पं आहे,'' राघव समजावत होता. ''शेवडेकाकू परत येत आहेत... त्यांचं श्रीधर, श्रीकांतशी पटत नाही. त्यांनी पत्रात लिहिलंय मला की, 'तूही मला मुलासारखाच आहेस; तेव्हा तू घेशील माझी काळजी.' पण आता त्यांना तिथे राहायचं नाहीये.''

''अरे, पण मी तिथे किती दिवस राहणार? माझी ही नोकरी? तिथे रजा टाकावी लागेल. त्यासाठी आधी सांगायला हवं. बदली माणसाची सोय व्हायला लागते.''

''रजा नाही; नोकरी सोडूनच जायचंय तिथे.''

''सोडायची? पण का?''

''मी तसं ठरवलंय; आपल्या भल्यासाठी.''

''अरे, पण माझा काही विचार घ्यायचा की नाही? असं परस्पर कसं ठरवतोस?''

''तुझा काय विचार घ्यायचा त्यात? मी काय तुझा शत्रू आहे? चांगलं परदेशात फिरायला मिळेल, आरामात गाडीतून फिरायला मिळेल, खाणं-पिणं, कपडालत्ता कशाचीही कमी नसेल. शेवडेकाकूंनीच तसं लिहिलंय पत्रात. शिवाय तुझ्या आत्ताच्या पगाराच्या दुप्पट रक्कम इकडे मला देणार आहेत त्या. यात आता काहीही बदल होणार नाही, समजलं? तू तिथे जातेयस हे नक्की. शेवडेकाकू तुलाही पत्र लिहिणार आहेत.''

ताडताड बोलून राघव बाहेर पडला. मिताही कामाला लागली आणि लक्ष्मी अंगाचं मुटकुळं करून त्या शेवडेकाकूंच्या आउटहाउसच्या दहा बाय दहाच्या खोलीत तशीच एका कोपऱ्यात बसून राहिली. त्या खोलीत तिने चौफेर नजर टाकली. आता तीस वर्षं झाली तिच्या लग्नाला. तेव्हापासून ती याच छोट्या खोलीत वास्तव्याला होती. तिची किरकोळ सुखं आणि ढीगभर दुःखं याच खोलीच्या

साक्षीने तिने उपभोगली, सोसली होती आणि साक्षीला दुसरं कोणी असेल तर त्या होत्या शेवडेकाकू! शेवडेकाकू शेवड्यांच्या घरची लक्ष्मी होऊन या पुढ्यातल्या अवाढव्य बंगलीत प्रवेशल्या, त्यानंतर दोन-पाच वर्षांनी केशवशी लग्न करून लक्ष्मी या आउटहाउसमध्ये आली होती. तेव्हापासून ही हॉस्पिटलची नोकरी, शेवडेकाकूंना मदत आणि उरल्या वेळात संसार एवढंच तिचं जीवन होतं. संसार तरी कसला? राघव पाच वर्षांचा होईपर्यंतचा. त्यानंतर केशव तिच्यापासून दुरावतच गेला. त्याला दुसरी कोणी भेटली आणि अलगद, हॉस्पिटलमध्ये ॲडमिट झालेल्यांनी डिस्चार्ज मिळाल्यावर आपलं सामान बांधून रूम सोडावी, तसं तो स्वत:चं सामान बांधून चालता झाला. तेव्हाही त्याने आज राघव म्हणाला तसंच सांगितलं होतं.

"मी तिथे राहायला जातोय, कायमचा! यात काहीही बदल होणार नाही, समजलं? तू राघवसोबत इथेच राहणार, हे नक्की! मी त्याला सोबत नेत नाही, हे तुझं नशीब समज."

तो गेला, कुणा दुसरीचं उसनं कुंकू व्हायला आणि तेव्हाही शरीराचं मुटकुळं करून आपण अशाच इथे बसून होतो. कितीतरी वर्षं आशेवर होतो की कदाचित...

त्या क्षणी तिला ते सगळं आठवलं आणि वाटलं, राघवला सोबत नेलं नाही हे आपलं नशीब की दुर्दैव? त्या वेळी वाटत होतं, बाप सोडून गेला त्याला; पण मी मायेची पखरण करीन, त्याला मोठं करीन; अगदी वाटेल ते कष्ट करून! त्याच्या चिमुकल्या चेहऱ्यावरून सारी सारी ममता तिने ओवाळून टाकली होती.

तोच तो निष्पाप चेहऱ्याचा राघव आज जन्मदात्या वडिलांसारखाच सापाप्रमाणे फणकारला होता तिच्यावर.

कदाचित आपलंच काही चुकत असेल. आपण फारच समंजसपणे वागलो, त्याला कधी काही कमी पडू नये म्हणून झटलो. शिक्षणात त्याची कधी प्रगती नव्हतीच. बँकेच्या प्यूनची नोकरी शेवडेकाकूंच्या मदतीने मिळाली. त्याचं लग्न झालं तेव्हापासून आपणच समजूतदारपणे गेली पाच वर्षं नाईट ड्यूटी पत्करली. तेवढाच रात्रीचा या दहा बाय दहामध्ये त्याचा झोपण्याचा प्रश्न सुटला. प्रश्न आपोआपच सुटल्यावर सोडवणाऱ्याची किंमत का कळावी? त्याच्यालेखी तो प्रश्नच नव्हता; तो त्याचा हक्कच होता!

माणसाचं वागणंही रक्तातून येत असावं. लक्ष्मीला मीराताईंची – हेडनर्सची आठवण झाली. हॉस्पिटलच्या आवारातच एक वडाचं झाड होतं. त्याकडे पाहून एकदा त्या म्हणाल्या होत्या, "कुटुंबकबिला छान डवरलाय या वृक्षाचा; नाहीतर आपण!"

"म्हणजे काय, मीराताई?"

"अगं, हे वडाचं झाड पाहा. मुख्य खोडाच्या फांद्यांना पारंब्या आल्यात. म्हणजे

ती पुढची पिढी. हो की नाही?''

लक्ष्मीने मान डोलावली होती.

''आता त्या पारंब्याही जमिनीत शिरतायत,'' मीराताई पुढे म्हणाल्या होत्या. ''मूळ खोडाला भक्कम आधार द्यायला, त्याचं ओझं थोडं कमी करायला, फांद्यांचा भार तोलून धरायला. त्यासाठी जमिनीत शिरायला त्या किती उत्सुक आहेत बघ! खोड जुनं झालं, की नव्या दमाचा असा आधार मिळणं, वर हिरवळ, खाली सावली, अंगाखांद्यांवर बागडणारे पक्ष्यांचे थवे. नशीब असावं तर वडासारखं. नाहीतर केळ... जन्माला येताना आधीचा खांब उन्मळून जरी पडला, तरी पर्वा कोण करतो?''

मीराताई जे म्हणाल्या, ते आता पटतंय. आपली जातच केळीची. राघवला तरी आपली पर्वा का असावी?

दिवस असेच सरत होते. धडधडत्या हृदयाने लक्ष्मी रोज शेवडेकाकूंच्या पत्राची वाट पाहत होती. माणसाचं मनही अजब रसायन असतं. स्वतःचा सर्वनाश होणार असला तरी ते त्या क्षणाची, फक्त त्याच क्षणाची वाट पाहत राहतं. फक्त त्यात आतुरता नसते; ती अनामिक भीती असते. आपल्यापुढे नेमकं काय वाढून ठेवलंय, याची चिंता असते.

शेवडेकाकूंच्या आउटहाउसमध्ये राहायचं; तेही फुकटात. म्हणजे त्यांनी जेवढं राबवून घ्यावं, तेवढं निमूटपणे स्वतःला राबवायलाच हवं. केशवलाही त्यामुळेच वेळ देता आला नाही आपल्याला. दुसरी एखादी छोटीशी जागा घेण्याची त्याच्यातही कुठे ताकद होती? आपल्याला तसंच राबायला मागे ठेवून स्वतःचं सुख शोधत तो चालता झाला; पण शेवडेकाकूंनी अगदीच माणुसकी सोडली नव्हती. दुपारची ही हॉस्पिटलची मिडवाइफची नोकरी त्यामुळे चालू राहिली.

शेवडेकाकूंची जीभ अगदी मिठास! नेहमी 'राघव माझ्या मुलासारखाच' असं म्हणायच्या. त्याच्या सगळ्या गरजा त्यांनी भागवल्या; पण श्रीकांतचे, श्रीधरचे जुने कपडे, जुनी पुस्तकं देऊन! बदल्यात सगळा बाजारहाट आणि वरची कामं करायला राघव तयार असायचाच. सणावारी तेच जुने कपडे नव्याने मिळाले म्हणून तो आनंदाने घालायचा. लक्ष्मीचा जीव तुटायचा; पण एका हॉस्पिटलच्या आयाच्या पगारात राघवच्या शिक्षणापासून सारं सारं जेमतेमच भागत होतं. तरीही लक्ष्मी दिवाळीला आवर्जून त्याला नवे कपडे करायची. राघवला लहानाचा मोठा करताना त्याच्या प्रत्येक अडचणीत, आजारपणात, त्याच्या चिमुकल्या सुख-दुःखांत ती एकटीच तर होती त्याच्यासोबत! त्या दहा बाय दहाच्या आउटहाउसच्या बाहेरचं जग (अगदी शेवडेकाकूही याला अपवाद नव्हत्या) फक्त हिशेब पाहत होतं. फुकटात काही मिळावं, ही लक्ष्मीची अपेक्षाही नव्हती; पण आपल्या दोन पोरांबरोबर

तिसऱ्या राघवलाही कुठल्याही वेणा सहन न करता 'मुला'सारखा असं शेवडेकाकू म्हणाल्या, की लक्ष्मीच्या कपाळावर एक सूक्ष्म आठी न चुकता यायची. काहीही झालं तरी तो 'मुलासारखा' होता, मुलगा नव्हता; पण राघवला हे कधी जाणवलंच नव्हतं, की तो हे सर्व बाहेरच्या जगासारखा स्वार्थापोटी सहन करत होता? परवा तो म्हणत होता की, मी अमेरिकेला जाणार त्या बदल्यात शेवडेकाकू त्याला माझ्या पगाराच्या दुप्पट रक्कम देणार. म्हणजे या शेवडेकाकू राघवला पैसे देऊन मला विकत घेणार! आणि त्यांच्या 'मुला'सारखा हा माझ्या पोटचा गोळा मला विकून दुप्पट पैसे घेणार?

पण मग माझं काय? मला कोणी विचारातच घेत नाही? राघवने खूप शिकावं वाटत होतं; तो शिकला नाही. आता मला परदेशी धाडून हा इथे आराम करणार. माझ्यावर जन्मभर सक्तीच? लहानपणी भावाला शिकवण्यासाठी आपलं शिक्षण होऊ न देणारे बाबा; शिक्षण नाही म्हणून केशवसारख्याशी लग्न लावून देतानाही त्यांनी आपल्याला विचारलं नाही. केशव सोडून गेला त्याला मीच जबाबदार, असं म्हणून हात झटकून ते मोकळे झाले. केशवने सक्तीचा एकटेपणा दिला आणि आता मुलगा देशोधडीला लावतोय. इतकी वर्षं राबराब राबून मी कुठे राहायचं हा निर्णय मी घेऊ शकत नाही? श्रीकांत, श्रीधर काय माझी काळजी घेणार? त्यांच्याच्याने मला हाक मारताना साधं 'मावशी'सुद्धा म्हणणं होत नाही. मी त्यांच्या घरातली 'लक्ष्मीबाई' आहे. याच नावाने ते संबोधतात ना? त्यांना मी तिथे कशासाठी हवी आहे, हे कुणी सांगायची आवश्यकता आहे का?

हॉस्पिटलच्या बोर्डवर सकाळी सकाळी कर्कश बेल वाजली आणि लक्ष्मी भानावर आली. रूम नं. २०२, चार दिवसांपूर्वी डिलिव्हरी झालेली रीटा पाटील! सारं जग हातात गवसल्याचा आनंद तिच्या चेहऱ्यावर सध्या पसरलेला असतो. ते एवढंसं चिमुकलं पिल्लू हातात घेताना, चार दिवसांपूर्वी याच बोचक्याने मरणप्राय प्रसववेदना दिल्या होत्या, याचा मागमूसही चेहऱ्यावर नसतो. तीच कशाला? प्रत्येक खोलीत तिच्यासारख्याच सगळ्या नवजात माता आहेत. प्रत्येकीची तीच तऱ्हा. असह्य वेदनांच्या जागी त्या डोळ्यांत चिमुकल्यांच्या भविष्याची असंख्य स्वप्नं तरळताना दिसतात. ते चिमुकले पुढे वड होतात की केळ, ते त्या परमेश्वरालाच ठाऊक!

पण रीटाची गोष्टच जरा वेगळी! पाच दिवसांपूर्वी तिचा नवरा तिला इकडे टाकून गेला. "मुलगा झाला तर कळव, नेतो घरी तुला. नाहीतर तुझी सोय तू बघ," म्हणाला. वरून केवढ्याने गुरकावला, "पोरगीबिरगीची झंझट नकोय आपल्याला." सगळ्या हॉस्पिटलसमोर गुरकावला; पण ही पोरगी शांत!

दुसऱ्या दिवशी पहाटे तिची डिलिव्हरी झाली. 'मुलगी झाली' सांगताना

मीराताईंची जीभ जड झाली होती; पण क्षणार्धात रीटा प्रसन्न हसली. डोळ्यांत ना आसू, ना भविष्याची चिंता! प्रसववेदनेने आलेल्या ग्लानीत डोळे मिटतामिटता ती मीराताईंना म्हणाली, ''नलूमावाशींना निरोप द्या. म्हणावं, नवऱ्याशी खोटं बोलण्याच्या पापातून रीटाची सुटका झालीय. मुलगी झालीय. थोड्याच दिवसांत ठरल्याप्रमाणे येतेय.''

लक्ष्मी सारा प्रकार आ वासून पाहत होती. नंतर मीराताईंकडून तिला कळलं की, मुलगा झाला असता तरी रीटा नवऱ्याकडे परत जाणार नव्हती.

''पोरगी खूप मानी आहे. सहा-सात महिने तिने आणि नलूताईंनी खूप विचारांती ठरवलंय तसं! पोरगी झाली सांगून मोकळं व्हायचं. नलूताईंचा आश्रम आहेच! तिथे नोकरी सांभाळत मानाने जगायचं; पण मुलगा झाला, तरी त्याच्या आधाराने, त्याची आया होऊन त्या नराधमाला बायकोचं सुख देत त्याच्या घरी परत राहायला जायचं नाही.'' मीराताईंनी सविस्तर वृत्तान्त सांगितला.

''लक्ष्मी, हे असं आहे. पोरगा झाला तर त्याला सांभाळायला ही हक्काची दासी घरात घेणार तो उपकार म्हणून! पण पोरगी झाली तर हीपण नको! पण नलूताई म्हणाल्या की, दिवस भरेपर्यंत पोराच्या आशेने जे लाड करतील ते करवून घे. डिलिव्हरी झाल्यानंतर निर्णायक मुलगी झाल्याचं सांगितलं की सुटलो. नाहीतर माग काढत यायचे; चुकून कुलदीपक जन्माला आलाय का ते पाहायला!''

खरोखरीच गेल्या चार दिवसांत तिच्या सासरचं कुणीही डोकावलं नाही. माहेर नव्हतंच! नलूताई दिवसातून दोनदा येऊन विचारपूस करून जात होत्या आणि जीवनाला नवा अर्थ गवसल्यासारखी रीटा मुलीमध्ये आकंठ बुडाली होती. ते छोटं बाळ हेच तिच्या जीवनाचं ध्येय होतं आता.

२०२च्या दारातून आत शिरत लक्ष्मीने विचारलं, ''काय हवंय?''

''मावशी, बघा ना कशी लबाड आहे ही!'' हातातल्या बोचक्याच्या इवल्याशा गालावर हळुवार चापट मारत रीटा म्हणाली, ''चार दिवस नाही झालेत जन्मून आणि केवढी ती नखं वाढलीयत हिची!'' बोचक्यातून एक हात बाहेर काढत त्या बाळाची लांबसडक बोटं छोट्याशा मुठीतून सोडवत रीटा त्यावरील बारीक अणकुचीदार वाढलेली नखं लक्ष्मीला दाखवत म्हणाली, ''आज इथून निघायचंय. कशी कापायची एवढी छोटीछोटी नखं? अजून सवय नाही ना! जरा कापून द्याल का? तुमची ड्यूटी संपली म्हणजे तुम्ही घरी निघणार. पुन्हा कुणास ठाऊक कधी भेटणार? म्हणून बोलावलं.''

घरी जाण्याच्या कल्पनेनेच लक्ष्मी शहारली. घर? कुणाचं घर? आपलं? की राघवचं? शेवडेकाकूंच्या उपकारांच्या ओझ्याखाली गेली तीस वर्षं आपण ते खुराडं आपलं मानून घेतलं. शेवडेकाकूंनी 'निघा' म्हटलं तर लगेच निघायलाच हवं. त्या

गोड बोलून हवं ते करवून घेतात आणि आपण मात्र मन मारून जगतोय. ज्याच्यासाठी जगतोय, तो राघव स्वतःच्या स्वार्थासाठी सख्ख्या आईला परदेशी (की देशोधडीला) धाडायला निघालाय. शेवडेकाकू तोंडदेखलं का असेना, स्वतःच्या फायद्यासाठी दुसऱ्याच्या पोराला 'मुलासारखा' म्हणतायत... आणि आपण? कणा मोडून पडल्यासारखे...

पण आता नाही. खूप झालं आजवर जे झालं ते! आपण अमेरिकेला जायचं नाही!

पण मग जायचं कुठे? शेवडेकाकू राहू देतील तिथे? राघवचं काय?

एक ठाम 'नाही' म्हणताना शेकडो प्रश्न सामोरे येतात.

लक्ष्मी अगतिक झाली. नकळत ओठाशी आलेला हुंदका तिने प्रयासाने आवरला. तरीही डोळ्यांत पाणी तरळलंच.

"काय झालं, मावशी?" रीटा विचारत होती. लक्ष्मीने मानेनेच 'काही नाही' असं उत्तरं देत म्हटलं, "दे तिला इकडे. देते कापून तिची नखं."

बाळाला हाती सोपवतासोपवता रीटाने निरखून तिच्याकडे पाहिलं. लक्ष्मीने तिची नजर चुकवली; पण तरीही काहीतरी बिनसलेलं रीटापासून लपून राहिलं नाही.

"मावशी, तुमचं काय बिनसलंय ते मला माहीत नाही; पण मनातल्या मनात रडत बसण्यापेक्षा हसतमुखाने परिस्थितीचा सामना केला, तर मार्ग आपोआपच सापडतो, हे मी माझ्या अनुभवातून सांगू शकते. माझी आत्ताची कहाणी हॉस्पिटलमधल्या प्रत्येकालाच माहितेय. लहानपणापासून टक्केटोणपे खातच मोठी झालेय. ना आई फार जगली, ना वडील! नातलगांनी जबाबदारी घेतली नाही. धाडसाने स्वतःला सावरलं, घडवलं, म्युनिसिपालिटीत नोकरी मिळवली. जो प्रथम प्रेमाने वागला, त्याच्याशी संसार मांडला आणि आता तोही मोडला. मला त्याची फिकीर नाही. नलूमावशींनी मदतीचा, प्रेमाचा हात दिला आणि देताना बजावलं, 'या जगात प्रत्येक स्त्रीची एक एक वेगळी कहाणी आहे. दुःखाची गणितंसुद्धा प्रत्येकीची वेगळी. होता होईल तोवर एकमेकींना मदत करा आणि ताठ मानेने जगायचा प्रयत्न करा.' म्हणून विचारतेय, मी काही करू शकतेय का तुमच्यासाठी?"

"मला आधार मिळेल नलूताईंच्या आश्रमात?" नकळत लक्ष्मीच्या तोंडून प्रश्न कधी बाहेर बाहेर पडला, ते तिचं तिलाही कळलं नाही.

रात्री ड्यूटीवर निघताना सामानाची बांधाबांध करणाऱ्या लक्ष्मीकडे राघव आणि मिता आश्चर्याने पाहत होते. लक्ष्मी मात्र शांतपणे स्वतःचं सामान भरत होती.

"हे काय चाललंय, आई?" राघवने न राहवून विचारलं.

"मी हे घर कायमचं सोडतेय." शांतपणे लक्ष्मी उत्तरली.

“का? आणि अमेरिकेला जाण्याचं काय?” धास्तावून राघवने विचारलं.

“मी जाणार नाही. मी इथून निघतेय. माझी सोय मी केलेली आहे आणि माझ्या निर्णयात काहीही बदल होणार नाही, कळलं?” आयुष्यात प्रथमच लक्ष्मी राघव आणि केशवसारखं ठामपणे बोलू शकली होती.

“शेवडेकाकू काय म्हणतील?” राघवने तिला अडवण्याचा केविलवाणा प्रयत्न करत विचारलं, “त्यांना काय सांगू?”

त्याचं बोलणं तसंच हाताने थोपवत डोळ्यांतल्या निग्रहाने तिने त्याला बाजूला सारलं.

दहा बाय दहाच्या त्या आउटहाउसमध्ये घुसमटलेली ती ‘मानिनी’ आता स्वाभिमानाच्या दिशेने निघाली होती.

**(पृथा – स्त्रीशक्ती विशेषांक, २०१४)**

❖

**मधूच्या खोलीत प्रवेश** करताना विशाखाला रोजचा घरात घडणारा नाट्यप्रयोग अपेक्षित होताच. डायनिंग टेबलावर पेपर वाचत चहा पीत बसलेल्या सासूबाईसुद्धा नेहमीप्रमाणे तिच्यामागोमाग चहाचा कप उचलून आत शिरणार आणि म्हणणार, ''मधू उठली का गं? उठव बाई तिला, नऊ वाजले आता.''

आता मधूची उठण्याची आपण आराधना करणार... आणि... वेगळं काही घडणार नव्हतंच. तिच्या जीवनात यापेक्षा वेगळं काही घडतच नव्हतं.

दहादा भूपाळी गायल्यानंतर मधूने आळोखेपिळोखे देत डोळे किलकिले केले. पहाटे नऊचं ऊन खिडकीतून आत आल्याची खात्री झाल्यावर डोळे पूर्ण उघडण्याआधीच तिने उशीखाली हात घालून मोबाइल बाहेर काढला. बटण दाबून किलकिल्या डोळ्यांनीच तिने मोबाइलमध्ये पाहण्याचा प्रयत्न केला आणि समोरच्या खुर्चीत रोजच्याप्रमाणे येऊन बसलेल्या सासूबाईंनी हसतहसत नांदीला सुरुवात केली.

''कराग्रे वसते मोबाइल, करमध्ये...''

''आज्जी, बोअर नको मारूस गं उठल्या उठल्या!'' मधू झोपेच्या आवाजात करवादली आणि दुसऱ्याच क्षणी चीत्कारली, ''बाप रे! ड्युरिंग नाइट एफबीवर ७८ लाइक्स! वाव!''

''त्यांपैकी वरचे आठ आमच्या ग्रुपचेच आहेत. मधू, कीप इट अप हं! काय पोज दिलीय पण फोटोसाठी, वा! एकदम मारू! कतरिनासारखी!'' आजी उवाच.

या सगळ्या भूपाळीनंतर नेहमीप्रमाणे मधूचे डोळे आता छान उघडले गेले होते. आजीच्या बोलण्यावर एकदम खूश होऊन हसत हसत तिने एका लाथेने पांघरूण भिरकावलं आणि धावत जाऊन ती आजीला बिलगली. तिच्यासोबत तिचं पांघरूणही इमान राखत नेहमीप्रमाणे आजीपर्यंत पोहोचलं होतं.

''माय ग्रॅमा, यू आर शो श्वीट!'' म्हणत तिने चक्क आजही आजीची पप्पी घेतली आणि तिला झोपेतून उठवून तिच्या गोड झोपेची शत्रू ठरलेल्या विशाखाकडे एक झणझणीत कटाक्ष टाकत कार्टी बाथरूमकडे पळाली. आता खाली लोळत

# किंमत

असलेलं पांघरूण ती कॉलेजात गेली तरीही उचललं जाणार नाही, याची खात्री असल्यामुळे विशाखा अभावितपणे ते उचलण्यासाठी खाली वाकली. नातीच्या मागे तिची आजीही हातातला रिकामा कप जवळच्या टेबलावरच ठेवून बाहेर निघून गेली. रात्रीतून अस्ताव्यस्त झालेलं स्टडीटेबल विशाखा आवरू लागली. कॉटवरची चुरगळलेली चादर आणि कालच्या कपड्यांचा ढीग कोपऱ्यात पडून आशाळभूतपणे विशाखाच्या कृपादृष्टीची वाट पाहत होता.

"सोम्या, गोम्या, शंख्या, सोमशंख्या, अरे, ऑफिसात जायला उशीर होईल ना तुला! किती वेळ गिळतोयस? नीघ आता." मधूची खोली आवरता आवरता विशाखाला सासूचा आणि आपल्या नवऱ्याचा – सोमनाथांचा – ठरावीक संवाद ऐकू आला आणि तिच्या कपाळावर रोजचीच बारीक आठी पुन्हा उमटली. घरात रोज ते आणि तेच ठरावीक घडत होतं. डायनिंग टेबलापाशी विशाखाने डिश भरून दिलेल्या गरमागरम उपम्यावर ताव मारत आता सोमनाथ आईच्या कमरेला विळखा घालून म्हणणार...

"आई, कर ना रोजच्यासारखा एक फक्कड चहा. तुझ्या हातचा चहा पिऊन निघालो, की दिवस कसा छान जातो!"

तेवढा एक फक्कड चहा करण्याव्यतिरिक्त सासू दुसरं काय करते? दिवसभर राबूनराबून, तेही शाळेची नोकरी सांभाळून घरादाराचं सगळं करणाऱ्या विशाखाचं मात्र कुणालाच कौतुक नाही. उलट, ती करतेय तर घरच्यांच्या तिच्याकडून अपेक्षा वाढतच चालल्यायत. सासूविषयीची असूया आणि घरादारावरचा राग आजही तिच्या मनात रोजच्यासारखाच धुमसला. अजून मिहिरला उठवण्याचं दिव्य पार पडायचं होतं. रात्री उशिरापर्यंत त्याची आजी आणि तो बिग बॉस पाहत बसले होते. कोण ती सनी लिओनी का कोण, तिच्यावर फिदीफिदी हसत कसल्याकसल्या कॉमेंट्स चालल्या होत्या दोघांच्या. त्यानंतर कॉलेजच्या सबमिशनची तयारी! किती जागला कुणास ठाऊक? म्हणजे हा मुलगा अकरापर्यंत काही उठणार नाही. उठल्याउठल्या त्याला गरमागरम चहा द्यावा लागतो. जेवणही गरम मिळालं नाही, तर डोकं गरम करतो. काचेच्या प्लेटमध्ये त्याचं जेवण वाढून रोजच्यासारखं मायक्रोवेव्हमध्ये तरी ठेवायला हवं. बारा वाजता शाळेत पोहोचायचंय. सोमनाथना डबा भरून दिला असल्यामुळे भाजी-आमटी तर तयार आहे, कणिक भिजलेली आहे. दादा, मिहिर, मधू, सासूबाई आणि स्वत:साठी किमान पंधरा पोळ्या तरी करायलाच हव्यात. त्यासाठी अर्धा तास, घर आवरून ठेवायला अर्धा तास, स्वत: तयार होण्यासाठी वीस मिनिटं. मनात वेळेचा हिशेब करत विशाखा लगबग हलत होती. तरी बरंय, धुणी-भांड्यांसाठी बाई आहे. ती ज्या दिवशी दांडी मारते, त्या दिवशी तर विचारायलाच नको! रोजरोज सगळ्या घरादाराचं काम करताकरता साधा

पेपरही वाचायला जमत नाही.

किती दिवस झाले, इच्छा आहे की, कॉम्प्युटरसमोर बसून किमान ई-मेल अकाउन्ट तरी सुरू करावं, सासूबाईंसारखं फेसबुक, व्हॉट्सॲपवर मित्र-मैत्रिणींशी बोलावं, कधी एखादी टीव्ही सीरियल पाहावी, बातम्या पाहून स्वत:ला अपडेट ठेवावं; पण वेळ कुठे मिळतोय? घरातल्या सहा माणसांच्या बारा हातांची कामं या दोन हातांनी करतानाच मेटाकुटीला येतो जीव. कधीकधी वाटतं बंड पुकारावं, आपणही या सगळ्यांसारखं मनाप्रमाणे वागावं. मी एकटीनेच का राबावं? आपापली कितीतरी कामं प्रत्येक जण स्वत: करू लागला, तर आपल्यालाही थोडा वेळ मिळेल; पण बिनबोभाट होत असलेली कामं स्वत:हून अंगावर कोण घेणार? घरातल्या प्रत्येकाला वाटतंय की, मी सोशल नाही, सोशल मीडियाशी अपडेट नाही, जगात काय चाललंय याचा मला पत्ताच नाही. परवा तर दादांनी बोलूनही दाखवलं होतं... ‘‘विशाखा, जगाची बित्तंबातमी असायला हवी आपल्याला. विशेषत: तुम्हा शिक्षकांनी तर अवश्य चौकस राहायला हवं. पुढची पिढी घडवता ना तुम्ही? तुम्हीच जर अज्ञानी राहाल, तर कसं चालेल? सुमा बघ, याही वयात सोशल मीडिया, टीव्ही आणि रोजच्या घडामोडींच्या बाबतीत अगदी अपडेट असते. म्हणूनच मिहिर-मधूशी तिचं पटतं. तू त्यांना त्यांच्या बरोबरीची वाटतच नाहीस.’’

सगळ्यांच्या समोर दादा बोलले. विशाखाला खूप जिव्हारी लागलं. तिने चोरून सगळ्यांकडे एक ओशाळा कटाक्ष टाकला. एखाद्या वेड्याची टर उडवून नंतर त्याला सहानुभूती दाखवताना होईल, तसा चेहरा होता प्रत्येकाचा. विशाखा मनोमन म्हणत होती, ‘हे सगळे आपलेच लोक आहेत, ज्यांच्यासाठी आपण राबराब राबतो? त्यांना मला या सगळ्या गोष्टींसाठी वेळ मिळत नाही, हेही लक्षात येत नाही? शाळेतून येताना ताजी भाजी आणण्यापासून सगळं मीच करायचं! नोकर बरे एक वेळ. पगार तरी मिळतो त्यांना केल्या कामाचा. आपलं हे हक्काचं घर; पण घरातले असून आपण ना धड घरातल्यांचे आणि वर फुकाफुकी राबतोय मात्र नोकरासारखे. सोमनाथांशी या विषयावर बोलून उपयोग नव्हता. त्यांच्या दृष्टीने घरात काम करणं माझं कर्तव्य आहे आणि माझ्या जे हक्काचं आहे, ते मीच मिळवायला हवं... पण कसं?’

आज शाळेत दहावी-बारावीच्या विद्यार्थ्यांसाठी प्रोफेसर विश्वेश्वर त्रिपाठींचं अर्थशास्त्रावर व्याख्यान होतं. केवळ सगळ्या शिक्षकांसाठी व्याख्यानाला बसणं सक्तीचं होतं म्हणून विशाखाही जाऊन बसली; पण तिच्या मनात कल्लोळ चालू होता. डोक्यात असंतोष धुमसत होता. आपलं नेमकं चुकतंय कुठे, का सगळे आपल्याला समजून घेत नाहीत, हेच तिला कळत नव्हतं. नवऱ्याला नाही तर नाही; पण आपल्या मुलांनाही कळू नये? घरातल्या इतर पाच जणांच्या वर्तुळात तिला

प्रवेशच नसल्यासारखी ती त्यांच्यापासून बाहेर आणि अलिप्त होती. वयाच्या पंचेचाळिशीतच तिला एकाकी वाटू लागलं होतं. मन आणि शरीर दोन्हीही थकत होतं, मनात चिडचिड वाढली होती, मधूनच एकाएकी ती घामेजून जात होती.

डॉक्टर म्हणतात, 'या वयात असं होतंच. मन शांत ठेवा आणि योगासनं करा.'

आता आणखी यासाठी वेळ कुठून काढायचा? रोजचं ठरावीक काम ती करत होती, घरीही आणि शाळेतही; पण शाळेत शिकवण्याची गोडी वाटत नव्हती आणि घरातल्या कामात रस वाटत नव्हता. कुणाशी म्हणजे कुणाशीही बोलू नये आणि काहीही करू नये, असं अलीकडे तिला वाटत होतं. शाळेची नोकरी ती सोडू शकत नव्हती आणि घरातली कामं तिने नाही केली, तर करणार कोण होतं? वरकामाला मोलकरीण पाच-सात हजार मागते. तेवढे परवडणार आहेत का? मधू-मिहिरची फी कशी भरता येईल? त्यांची कॉलेजची महत्त्वाची वर्षं, शिवाय त्यांना कामाची सवय नाही. आजी-आजोबांचे लाड नडतायत. सोमनाथांचा कामाचा सगळाच उजेड! सासूबाई आपण घरी पोहोचल्या पोहोचल्या न केलेल्या कामांनी थकून गेल्याचा पाढा असा काही वाचतात...

"अगं, आज काही विचारू नकोस. किती थकले माहितेय? सखूच्या मागे लागून भांडी नीट घासून घेतली. तिला म्हटलं घाल आमच्या चादरी वॉशिंग मशीनमध्ये. त्या धुऊन झाल्यावर व्यवस्थित वाळवतेय की नाही, याकडे लक्ष ठेवून होते. माळ्याला बोलावून घेऊन कुंड्यांचं खतपाणी करवलं, मधू घरी वेळेवर आली नाही म्हणून चिंतेत सारख्या आत-बाहेर फेऱ्या मारत बसले. आता मात्र दमले हो, तू बघ पुढचं काय ते." वगैरेवगैरे.

वागावं कसं, ते त्यांच्याकडून शिकायला हवं. कुठे आणि नेमकं कसं वागावं, हे त्यांना बरोबर कळतं. इतर सुनांना त्यांना सासूचा होणारा 'जाच' सांगून समाधान तरी मिळवता येतं. आपल्या बाबतीत तेही सुख नाही. अगदी माहेरी जाऊनही सांगता येत नाही.

विशाखाला आठवलं, तिच्या लग्नात अगदी लग्नमंडपात आई-अप्पांचा निरोप घेताना तिला रडू येत होतं. खरं पाहता त्या दिवशी ती उत्सवमूर्ती होती; पण आई-अप्पांसकट कोणाचंच तिच्या अश्रूंकडे लक्ष नव्हतं. सासूबाई ओक्साबोक्शी रडत होत्या, आईच्या गळ्यात पडून कळवळून म्हणत होत्या, "मला तुमचं दुःख समजतंय हो; पण जनरीत म्हणून केवळ तुमची मुलगी आम्ही आमच्या घरी नेतोय. आम्हाला माफ करा. तुमची पोर आम्ही तुमच्यापासून दूर नेतोय; पण माझा शब्द आहे तुम्हाला, आम्ही तिला अगदी पोटच्या पोरीसारखीच जपू."

क्षणभरात सगळ्यांनी सासूबाईंभोवती गराडा घातला. मांडवशोभेला आलेला

प्रत्येक जण त्यांच्या सहृदयतेची आणि विशाखाच्या नशिबाची तारीफ करत होता. या गडबडीत विशाखाचे अश्रू आटून गेले. त्या दिवसापासून आईची आणि सासूबाईंची अशी काही गट्टी जमली होती, की त्यांच्याविषयी आईकडे काही बोलणंच विशाखाला शक्य झालं नाही. आणि सांगणार तरी काय होती? पायात काटा टोचत असूनही नेमकी जागा दाखवता येऊ नये, असं काहीतरी विशाखाचं झालं होतं. घरात मोलकरीण आणि शाळेत शिक्षिका एवढीच आपली किंमत आहे का?

"हो, हेच सत्य आहे," विश्वेश्वर त्रिपाठींच्या जोरकस आवाजाने विशाखा भानावर आली. "जेव्हा तुम्ही मॉलमध्ये खरेदीसाठी जाता तेव्हा तुम्ही पाहता; तेथील प्रत्येक वस्तूची किंमत ठरलेली असते. प्रत्येक वस्तूवर एक किमतीचं लेबल असतं. तुम्हाला जी वस्तू हवी असते, त्यावरील लेबलवर दर्शवलेली किंमत तुम्हाला द्यावीच लागते. मॉल ओनरला ती किंमत मिळते; कारण त्याने ती वस्तू विक्रीला ठेवताना नफा-तोट्याचं गणित लक्षात ठेवूनच ती किंमत ठरवलेली असते. आपण जे विकतो, त्याची किंमत आपणच ठरवायची असते. आणि आपण ती किंमत ठरवतो, तेव्हाच ती आपण मिळवू शकतो."

विशाखाच्या डोक्यात अचानक लख्ख प्रकाश पडला. 'खरंच, आपली किंमत आपणच ठरवायची असते! फुकटात मिळणाऱ्या मालाचं मोल कोणाला कळणार? आपणही आपली किंमत ठरवू शकतो... आपण खरोखरीच आपली किंमत ठरवू शकतो... फक्त त्यासाठी आपल्याला आपलं जुनं लेबल भिरकावायला हवं. आणि... आणि ते मी करून दाखवीनच!'

प्रोफेसर त्रिपाठींचं व्याख्यान संपलं. मनात काहीसा निश्चय करून विशाखा उठली. शाळेतून बाहेर पडताना तिचं प्रत्येक पाऊल आत्मविश्वासाने पडत होतं.

**(समतोल – फेब्रुवारी, २०१५)**

❖

‘‘**आंटी हरी, सी** ग्रॅमा... सो विअर्ड... कम फास्ट!’’

निकी धापा टाकत, घाबरीघुबरी होऊन मला बोलवत होती. तिची आजी, म्हणजे निमाकाकी, आमची तीस वर्षांपासूनची शेजारीण. अमेरिकेत वाढलेली पंधरा वर्षांची निकी तिला ‘ग्रॅमा’च म्हणते. निकी जरी घाबरलेली वाटली तरी काय घडलं असावं, याचा मला अंदाज होता. धावत जाऊन फारसं काहीच साधणार नव्हतं; तरीही निकीसाठी मी धावतच शेजारी गेले.

‘निमाकाकी’ शून्यात नजर लावून बसलेल्या आणि तोंडाने फूसफूस आवाज करणाऱ्या काकीला मी हलवून जागं करण्याचा प्रयत्न केला. पंचाहत्तरीची ओघळलेली मऊमऊ कातडी मला जाणवत होती; पण त्या मऊ कातडीच्या आत माझ्या स्पर्शाच्या संवेदना पोहोचत नव्हत्या.

निकीकरवी नॅपकिन मागवून मी निमाकाकीचा चेहरा पुसला, तिला डोक्याखाली उशी ठेवून निजवलं. शून्यातले डोळे आता मिटले होते. काकीला बहुधा झोप लागली असावी.

‘‘सखू,’’ मी स्वयंपाकघरात साद घातली.

‘‘जी.’’ सारा प्रकार पाहत सखू स्वयंपाक घराच्या दारातच उभी होती, हे आत्ता जाणवलं. तिला खुणेनेच ताट वाढायला सांगितलं.

‘‘आनती... पण आत्ताच गिळलंय म्हातारीनं!’’ म्हणत सखू आत वळली. ‘‘पाहावं तवा भूक... भूक... प्वोट म्हनावं की म्वोट?’’ सखूची तणतण चालूच होती. दिवसातून दहादा काहीबाही रांधून तिला निमाकाकीपुढे ठेवावंच लागत होतं.

थोड्याच वेळात निमाकाकी उठणार आणि तुटक्या अस्पष्ट शब्दांत थयथयाट करणार... भू..क भू..क... त्या वेळी ताट समोर ठेवलं, की राग शांत होतो.

घाबरून हे सगळं पाहणाऱ्या निकीची मला दयाच आली. कालच पमी, निकीला घेऊन चार वर्षांनी जन्मदात्यांना पाहायला, भेटायला भारतात अवतरली होती. गेल्या खेपेला पमीसोबत आलेली निकी अर्धवट समजुतीच्या वयाची दहा-

# डिव्होर्स

अकरा वर्षांची अजाण पोर होती. त्या वेळी ग्रॅमाकडून करवून घेतलेले लाड तिला नक्कीच आठवत असतील. पोर ते दिवस अनुभवण्यासाठी मोठ्या आशेने इथे आली असणार! पण तिच्या नजरेस काही भलतंच पडत होतं.

जरा दूर बेडरूमच्या कोपऱ्यातल्या बेडवर नानाही पडून होते. समोर घडणारं 'नाट्य' पाहून किंवा काय, पण त्यांचे डोळेही डबडबले होते. डोळ्यांत न सामावणारं पाणी पुसण्यासाठी आपले थरथरते हात उचलण्याचा ते केविलवाणा प्रयत्न करत होते. शेजारी पडलेल्या नॅपकिनने मी त्यांचे डोळे टिपले आणि हलकेच त्यांच्या कपाळावर हात फिरवून त्यांना डोळ्यांनीच शांत केलं.

गेल्या दोन महिन्यांपासून निमाकाकीचं दुखणं जरा वाढलंच होतं. निकीची व्हेकेशन सुरू झाल्यानंतरच पमी इकडे येऊ शकणार होती. त्याप्रमाणे ती कालच भारतात आली होती. निमाकाकीचं आणि नानांचं दुखणं निकीच्या व्हेकेशनमध्ये आणि पमीच्या मर्यादित सुट्टीत आटोपणारं नव्हतं आणि त्यांना तसंच त्या अवस्थेत टाकून तिला परत परदेशी जाताही येणार नव्हतं. त्यामुळे काल आल्या आल्या घरातला एकंदरीत आढावा घेऊन तिने एकच मार्ग ठरवला होता... 'वृद्धाश्रम!' त्याच संदर्भात चौकशीसाठी ती आज वणवण करत होती.

"डि...व्हो...र्स... डि...व्हो...र्स डि...व्हो...र्स..." काकी चुळबुळली.

"काकी, पाणी हवंय का?" मी उगाचच विचारलं.

"स्...स्स..." काकी बरळत, फूत्कारत होती.

म्लान डोळे माझ्या दिशेने वळलेले होते; पण अगदी भावनाशून्य! त्या डोळ्यांमध्ये कसलीच ओळख नव्हती.

नव्याने सून म्हणून मी निमाकाकीच्या शेजारी राहायला आले, तेव्हा पन्नाशीही न ओलांडलेली निमाकाकी म्हणजे मूर्तिमंत सळसळ होती! दिवसभर काही ना काही उत्साहाने चालू असायचं तिचं! मला आणि पमीला तर किती किती कलाकुसरी शिकवल्या तिने! स्वयंपाकघरातले तिच्या भाषेतले 'फंडे' शिकवून तरबेज केलं. सकाळी दहा वाजता नाना ऑफिसमध्ये गेले, की काकी मला बोलावून घ्यायची.

"मालन, ये गं! पीडा लागली रस्त्याला. आता आठ तास आपलेच."

मला पहिल्यांदा जेव्हा त्यांनी अशा प्रकारे घरी बोलावलं तेव्हा वाटलं, 'बाई तोंडाने तिखट दिसतेय. नवऱ्याला असं का कोणी संबोधतं?'

दादा-आईच्या प्रेमळ नात्यात लाडाकोडात वाढलेल्या माझ्या मनाला ते वाक्य जरा खटकलंच. धार्मिक आईने खच्चून डोक्यात भरलेले 'संस्कार' मला काकीच्या असल्या रोजच्या वाग्बाणांनी बेचैन करायचे; पण तेवढं वगळता काकीने अगदी जीव लावला होता.

"अगं, पमी आणि तुझ्याखेरीज आणखी आहे कोण गं मला या जगात?"

एकदा काकी असं काहीसं बोलत असताना मी धीर करून काकीला विचारलं, ''काकी, एक सांगितलं तर रागावणार नाहीस ना?''

''सांग, सांग. अगं, तुझ्यावर रागावून मी कुठं जाऊ? भारी जीव लावलायस हो पोरी! परकेपणा काय तो वाटतच नाही बघ!''

''काकी, नानांना पीडा नको ना गं म्हणू!''

''का गं? पीडेला पीडा नाही तर काय म्हणायचं?'' म्हणत काकी कसनुशी हसली आणि म्हणाली, ''खरं सांगू का, मालन! तसे वाईट नाहीत ते. तसं कोणीच वाईट नसतं. वाईट असतात ते संस्कार! अंतरपाटापलीकडे जी उभी असते, तिला सर्वांसमक्ष आजपासून मी माझी दासी म्हणून स्वीकारतो. ती धर्मेच, अर्थेच, कामेच... दासी म्हणून माझ्या घरी दावणीला बांधलेली राहील, असा बहुतेकांचा तोरा! घरातूनच या संस्कारांचं खतपाणी असतं आणि हा तोरा सांभाळून घेण्याचे सारे संस्कार आपल्यावर! संस्कारांमुळे आपण सारं सहन जरी करत असलो ना, तरी आपल्या बुद्धीला ही गुलामगिरी पटत नाही गं! आतूनआतून मन जळत राहतं बघ! मीही एक माणूस आहे हे समोरच्या माणसाला कळतच नसेल, तर बाईमाणसाने माणसासारखं जगायचं कसं? मालकी आणि दास्य हे दोन्ही गुण्यागोविंदाने कसे नांदणार? कधी कधी वाटतं, द्यावी काडी मोडून! अशा जगण्यातही काय अर्थ आहे सांग? पण पमीचं भविष्य डोळ्यांसमोर येतं आणि माझ्या जिवाची बहिणाबाई होते बघ!''

भळभळणाऱ्या हृदयाने काकी त्या दिवशी बराच वेळ असंच काहीसं शून्यात बघत बोलत होती. पमीकडून पुढे कधीतरी कळलं होतं की, तिच्या आजीने काकीला खूप छळलं होतं आणि नानांच्या मते तो तिचा हक्कच होता, जो तिने बजावला.

''आजी लवकर गेली म्हणून बरं. नाहीतर आई वेडीच झाली असती,'' पमी सांगत होती. ''मला ना, मालन, घरातून पळून जावंसं वाटतं! माझ्या लहानपणी घरात मी फक्त आईला दिवसभर राबताना आणि आजीला तिच्यावर सतत आरडाओरड करताना पहिलंय. संध्याकाळी नाना घरी आले, की त्यांच्याकडे पुन्हा आजीचं आईची खोटी गाऱ्हाणी गाणं आणि नानांची आईवर आगपाखड करणं एवढंच ऐकत आलेय मी. आईने सकाळी उठायचं तेच दिवसभर राबायला आणि बोलणी खायला. आजी गेली; पण वारसा कायमस्वरूपी नानांच्या रूपाने इथे ठेवून गेली. नाही ऐकवत गं रोजरोजची नानांची मुक्ताफळं आणि मुजोरी! रोजची वादावादी आणि पर्यायाने होणारी आईची घुसमट! का करायचं गं लग्न? मला हे सारं नकोय. माझी स्वप्नं वेगळी आहेत. स्वप्नातला राजकुमार जर राक्षस होऊन समोर आला, तर मला नाही सहन होणार. मी आईसारखी कुढत जन्मभर सहन करणार नाही.

आईच्या जागी जर मी असते, तर नानांना कधीच सोडलं असतं.''

त्या वेळी पमी जे बोलली, ते तिने खरोखरीच करून दाखवलं. गेल्या खेपेला ती जेव्हा भारतात आली तेव्हाच तिने सांगून टाकलं, की दिगंत आणि तिने डिव्होर्स घेतलाय आणि दोघांच्याही संमतीने निकी पमीकडेच राहणार!

काकी त्या दिवशी अगदी सुन्न होती. पोरीने केलं ते बरोबर की चूक या संभ्रमात होती. दिगंत तितकाही वाईट नव्हता; पण पमीचं म्हणणं एकच! ''मला हिस्ट्री रिपीट व्हायला नकोय. तुझ्यासारखी मी रडत बसणार नाही. मी सन्मानाने जगणार.''

''प्रत्येक नवरा-बायकोने सन्मानाने जगण्यासाठी एकमेकांपासून वेगळंच व्हावं लागतं का गं मालन?'' पमी परत गेल्यावर काकीने दुखऱ्या काळजाने मला विचारलं होतं. पमीच्या सुखी संसाराची काकीची स्वप्नं चूरचूर झाली होती. या धक्क्यानंतर मात्र भरभरून बोलणारी काकी अंतर्मुख झाली होती.

''मी कशाला ही पीडा जन्मभर सहन केली? मीही डिव्होर्स घ्यायला हवा होता, कधीच! पमीने निकीची चिंता केली का? मी पमीची चिंता करत स्वत: का झिजले?'' असा टाहो तिने पमी परत गेल्याच्या दुसऱ्याच दिवशी फोडला, अगदी नानांच्या समोर!

नानांचा चेहरा कसनुसा झाला होता. डोळ्यांत अपराधी भाव असावेत, असं मला उगाचच वाटून गेलं. आपल्या म्हणाव्या अशा दोनच व्यक्ती त्यांच्या आयुष्यात होत्या. त्यांनाही ते स्वत:च्या वागण्याने आपलंसं करू शकले नाहीत, याचं शल्य त्यांना बोचलं असेल कदाचित! कारण त्या दिवसानंतर ते थोडे मवाळले होते. हातून निसटत चाललेलं सावरण्याचा केविलवाणा प्रयत्न ते करत होते. काकी आनंदी राहावी म्हणून त्यांच्या कुवतीनुसार ते आटापिटाही करत होते; पण या सगळ्याला खूप उशीर झाला होता. काकीने स्वत:ला जणू मिटूनच घेतलं होतं.

काकी बाहेर पडेनाशी झाली. मी तिच्याकडे गेले तरी जुजबी बोलायची; पण तेही असंबद्ध वाटायचं. तिच्या वागण्यातही सुसंगतपणा नव्हता. क्षणापूर्वी घडलेलं ती विसरत होती. वस्तूंच्या जागा चाचपडत होती. बहुधा डोक्यात विचारांचं काहूर माजलेलं असावं, असं वाटत होतं. त्याच दरम्यान नानांची तब्येतही खालावत जात होती. काकी कधी कधी बंड पुकारून ओरडायची, ''मी यापुढे ही पीडा सहन करणार नाही. मला डिव्होर्स हवाय.'' आणि ओक्साबोक्शी रडायला लागायची. अशा वेळी नानांचा चेहरा केविलवाणा होई, अगतिक होई, तब्येत आणखी खालावे. ते असे खंगू लागले की काकी म्हणायची, ''म्हातारा असा सहजासहजी मरणार नाही, माझे तळतळाट भोगूनच जाईल. परमेश्वराने मला आधी उचलावं, म्हणजे मरताना तरी याला माझी किंमत कळेल.''

एक दिवस काकीचा असाच थयथयाट चालू असताना काकी एकाएकी

कोलमडून पडली. धावत सखू मला बोलवायला आली. ॲम्ब्युलन्स बोलावून काकीला हॉस्पिटलाइज केलं. दोन दिवस ती शुद्धीतच नव्हती. माझ्या घरातलं बघायला सासूबाई समर्थ होत्या. त्यामुळे त्यांच्यावर घर सोपवून मी काकीकडे लक्ष ठेवू शकत होते.

पमीला फोन करून आधीच या हॉस्पिटलायझेशनविषयी कळवलं होतं; पण निकीची व्हेकेशन सुरू होईपर्यंत तरी तिला मायदेशी परतणं शक्य नव्हतं.

''मालन, आय नो, तुझ्यावर मी आई-नानांची रिस्पॉन्सिबिलिटी टाकतेय. तुझा संसार सांभाळून तुला हे जड जाईल; पण नर्सिंग ब्युरोतून माणसं हायर कर, पैशाची चिंता करू नकोस. दोनच महिन्यांत मी तिथे येतेय. तोवर सांभाळून घेशील तर... खूप उपकार होतील. प्लीज, करशील तेवढं माझ्यासाठी?''

पमी फोनवर तेवढं सांगून मोकळी झाली. तिचंही एक प्रकारे बरोबरच होतं. मलाही शेजारधर्म होताच. तो मी पार पाडत होते. नानांसाठी सखूला दिवस-रात्र ठेवून घेतलं आणि मी हॉस्पिटलच्या फेऱ्यांत हरवून गेले.

दोन दिवसांनी काकीने डोळे उघडले. मला बरं वाटलं. काकीची नजर चौफेर फिरत होती. तिच्या नजरेच्या टप्प्यात मी आले, क्षणभर डोळे स्थिरावले. डोळ्यांतला अनोळखी भाव पाहून मी विचारलं, ''ओळखलं नाहीस का काकी? मी मालन.''

''त्या तुम्हाला नाही ओळखणार कदाचित. ॲट लिस्ट फॉर अ व्हाइल!'' मागून दारातून आत शिरणारे डॉक्टर मला सांगत होते, ''शी इज ॲन अल्झायमर पेशंट! या आजाराला सुरुवात होऊन बहुधा किमान तीनएक वर्षं तरी झाली असावीत. आधीच औषधं सुरू करायला हवी होती. त्यांचा ब्रेन इंटर्नली डिटिरियोरेट होत चाललाय. कालच्या स्कॅनमध्ये डिटेक्ट झालंय. थायरॉइडही डिटेक्ट झालंय. आणखीही काही कॉम्प्लिकेशन्स आहेत. आमचे प्रयत्न चालू आहेत; पण मेडिसिन्सना त्या फार कमी रिस्पॉन्स देतायत. मॅक्स तीन महिने, फार तर चार! त्यापुढे होप्स कमीच. मधून कधी थोडं आठवूही शकतं; पण हिअरिंग कॅपॅसिटी टोटली स्टॉप्ड! टेक केअर, लेट्स डू अवर बेस्ट.''

मला समजावत डॉक्टर निघून गेले. डॉक्टर जे बोलले, ते शंभर टक्के ऐकलं असूनही मी दिङ्मूढ होऊन उभी राहिले. काकीच्या वागण्यात हळूहळू वाढत चाललेल्या असंबद्ध वागण्याचा अर्थ मला आता उमजत होता. शून्यात बघणाऱ्या काकीकडे पाहून माझे डोळे भरून आले.

''डि...व्हो...र्स ...डि...व्हो...''

काकीच्या बोलण्याने मी भानावर आले. तिच्या चेहऱ्यावर विचित्र हसू होतं. तोंडावर ताबा नसल्यामुळे ओठ थोडे बाजूला वळले होते. त्यामुळे चेहरा आणखीनच भेसूर वाटत होता. पमी उद्याच आली तर बरं, असं मनोमन वाटून गेलं. अशा

अवस्थेत काकीला आणखी दोन महिने जपायचं म्हणजे माझ्या शेजारधर्माचा कस लागणार होता.

"मा...लन... आ...पण... कुठे?" काकीच्या बोलण्याने मी दचकलेच! काकी बोलू शकत होती, तिने मला ओळखलं होतं. क्षणात आनंदाने ऊर भरून आला. मी काकीजवळ जाऊन म्हटलं, "आपण किनई हॉस्पिटलमध्ये आहोत. तुला जरा बरं वाटत नव्हतं ना, म्हणून! दोन दिवसांत घरी जाऊ बघ!"

मी भराभरा बोलले; पण काकीच्या डोळ्यांत माझं बोलणं तिच्यापर्यंत पोहोचल्याचे कोणतेही भाव दिसेनात. एकाएकी लक्षात आलं, डॉक्टर म्हणत होते की ती ऐकू शकत नाहीये. आपण बोललेलं काकी ऐकू शकत नाही, हे पचवायला मला वेळ लागला. लक्षात आल्यावर मी हात आणि ओठांच्या मदतीने काकीला सांगायचा प्रयत्न केला; पण तोपर्यंत काकीची नजर पुन्हा शून्यात होती.

औषधोपचार आणि हॉस्पिटलचं वास्तव्य थोडं पथ्यावर पडलं आणि ऐकू येणं जरी बंद झालं, तरी तोंडाने हवं-नको ते काकी तुटकतुटक का असेना, पण बोलू लागली. सखूच्या सोबत दिवस-रात्र दोन माणसं ठेवून नाना आणि निमाकाकीचं गाडं मार्गी लावलं आणि पमीची भारतात परतण्याची आतुरतेने वाट पाहू लागले.

आताशा काकीचा हाता-पायांच्या हालचालींवरचा ताबाही कमी होत चालला होता. दिवसाकाठी किमान पाच-सात वेळा तरी अंगावरचे कपडे खरकटं सांडल्यामुळे किंवा वेळेवर टॉयलेट न गाठता आल्यामुळे बदलायला लागत होते, धुवायला लागत होते. गडीमाणसांची चिडचिड त्यामुळे वाढली होती; पण पमीकडून मिळणारा पैसा त्यांना नाइलाजाने कामाला लावत होता. त्यांची तणतण काकीपर्यंत पोहोचू शकत नव्हती; पण नानांच्या जिवाची कॉटवर पडल्यापडल्या तळमळ होई. निमाकाकीच्या भाषेत नाना त्यांच्या 'कर्माची फळं' भोगत होते. त्यांची तळमळ जर काकीपर्यंत पोहोचून जर ती काही बोलू शकत असती, तर ती हेच म्हणाली असती.

हे कसलं सहजीवन? आयुष्यभर डिव्होर्सची प्रबळ इच्छा मनात ठेवून निमाकाकी गेली पन्नास-पंचावन्न वर्षं एकत्र राहण्याची शिक्षा भोगत होती. आणि नाना? ते त्यांनीच सांभाळलेल्या या तुरुंगाच्या एका कोपऱ्यात आज हालचालही करू न शकता अगतिक पडून होते. एकमेकांशी बोलणं आता शक्यच नव्हतं. आणि जेव्हा शक्य होतं, तेव्हा नानांना त्याची गरज भासत नव्हती. काकीच्या स्वप्नांचा, त्यांच्या भावनांचा त्यांनी कधी विचारही केला नाही. त्या वेळी काकीला कितीही वाटत असलं तरी एकमेकांसाठीच फक्त जगावं, अशी गरज उमेदीच्या वयात नानांना कधीच भासली नाही. आता नानांना जरी कितीही वाटलं, तरी ते तसं करू शकत नव्हते आणि जरी करू शकत असते, तरी त्यांचे ते प्रयत्न आता काकीपर्यंत पोहोचणार नव्हते.

आणि मी? माझ्या हाती फक्त त्रयस्थ राहून शेजारधर्म सांभाळणं एवढंच होतं; पण कितीही अलिप्त राहायचं ठरवलं, तरी जिवाची उलघाल होतच होती. इतक्या वर्षांचा निमाकाकीशी असलेला जिव्हाळा मनात कालवाकालव निर्माण करत होता.

शांत झोपलेल्या निमाकाकीच्या घशातून मधूनमधून फुर्रफुर्र असं आवाज निघत होता आणि सोबत 'डिव्होर्स डिव्होर्स'चा अस्फुट जप!

संध्याकाळी पमी घरी अवतरली. तिच्यापाठोपाठ एका ॲम्ब्युलन्समधून स्ट्रेचर घेऊन दोन वॉर्डबॉइज घरात शिरले. निर्विकारपणे पमीने नानांना सांगितलं, ''यापुढे तुमची सोय 'संध्यावास'मध्ये केली आहे. ही पोरं तुम्हाला घेऊन जातील. तुमच्या औषधपाण्याचं मी सारं तिकडे समजावलं आहे. तुमची तिकडे योग्य ती काळजी घेतली जाईल.''

दोघा पोरांनी नानांना उशा-पायथ्याकडून उचललं आणि स्ट्रेचरवर ठेवलं. पमीने घरात पाऊल ठेवल्यापासून काय घडतंय हे कळण्याआधीच नानांना स्ट्रेचरवर उतरवलं गेलं होतं. नानांनी एकदा केविलवाणेपणाने माझ्याकडे पाहिलं, एकदा भिंतीशी लागून गादीवर झोपलेल्या निमाकाकीकडे पाहिलं. त्यांच्या डोळ्यांतून टिपं गळली. कदाचित त्यांच्या पन्नास वर्षांच्या वागण्याची ती परतफेड होती. क्षणार्धात दोन वॉर्डबॉइजच्या दणकट हातांत पेललेला नानांचा किरकोळ देह ॲम्ब्युलन्सकडे रवाना झाला. पाठोपाठ पमीने चपळाईने भरलेली त्यांची बॅगही त्यांच्या सोबत रवाना झाली.

मी निमाकाकीकडे पाहिलं. ''फुर्र...फूस...डि...वो...र्स'' असं काहीसं ती बोलत होती. तिची प्रबळ इच्छा आज अशा प्रकारे पूर्णत्वास गेली होती; पण ते तिच्या जाणिवेपलीकडे होतं. मनाने ती कधीच नानांपासून दूर गेली होती.

''आता तरी आईला समाधान लाभेल ना गं मालन?'' दारातून आत येणारी पमी धावत येऊन माझ्या गळ्यात पडली आणि ढसाढसा रडली. ''नाही सहन होत गं ही भावनिक ओढाताण. छोट्याशा जीवनात अहं बाळगून, समोरच्याला कस्पटासमान वागवून या पुरुषांना काय मिळतं, सांग ना? आई म्हणत होती दिगंत तसा वाईट नाही. परदुःख शीतल असतं हेच खरं! ज्याला सलतं, त्यालाच वेदना कळतात. दहा वर्षं प्रयत्न करूनही नाही जुळवून घेऊ शकले मी दिगंतशी. परस्परसंमतीने डिव्होर्स घेतला; निकीची संपूर्ण जबाबदारी माझी असेल या बोलीवर! ती जबाबदारी त्याला तशीही कधी नकोच होती. परदेशात राहूनही, मुलगा हवा हे डोक्यात रुतलेलं संस्कारांचं मूळ काही त्याला उपटून फेकता आलं नाही. निकीच्या जन्मापासून बिथरला होता. तिकडे मिळणाऱ्या तुटपुंजा पैशात निकीचं आणि माझं भागवताना दमछाक होते. इथे येऊनही काय सुख मिळणार होतं गं? नवऱ्याला सोडून परत आलेल्या मला आईने तरी समजून घेतलं असतं का? तीन वर्षं माझा

डिव्होर्स मी तिच्यापासून लपवला. एकटीच लढत होते. मिळेल त्यातून हजार-दीड हजार डॉलर्स इथे पाठवत होते. आता नानांचं पेन्शन 'संध्यावास'मध्ये जाईल अशी व्यवस्था केली आहे. माझा भूतकाळ आणि वर्तमानही अंधारात आहे. तरीही जिद्दीने मी उभी आहे; निकीच्या भविष्यासाठी..." भडाभडा बोलणारी पमी निकीच्या आठवणीने अचानक भानावर आली, बोलताबोलता थांबली.

"निकी! निकी कुठे आहे?" पमीची शोधक नजर निकीचा शोध घेऊ लागली. भारतात आल्यापासून तिला निकीकडे बघायला फुरसत नव्हती. घडणाऱ्या घटनांमध्ये कुणाचंच निकीकडे लक्ष नव्हतं. कोपऱ्यात अंधारात आरामखुर्चीच्या आणि भिंतीच्या बेचक्यात भेदरून अंगाचं मुटकुळं करून बसलेल्या निकीला पमीने मायेने जवळ घेतलं. एक अंधारातला वर्तमान भविष्याला आश्वासक आधार देत होता. पाठीमागे भिंतीशी अजूनही डि...व्हो...र्स... असा अस्फुट आवाज फुसफुसत होता.

**(समतोल – दीपावली विशेषांक, २०१५)**

❖

**झपाझप पावलं टाकत** दादा फाटकापाशी आले, तेव्हा अंगणात शम्मी आणि निखिल खेळताना दिसले. ते थोडे खजील झाले. आज परतायला जरा उशीरच झाला. एरवी मुलं शाळेतून परतायच्या आधी ते घरी असायचे. त्यांचं खाणं-पिणं पाहायचे, दादांच्या मदतीने त्यांचे शाळेचे युनिफॉर्म्स हँगरवर जायचे. बूट-मोजे जागच्या जागी जायचे. तोवर उमा – त्यांची सून – नोकरीवरून परतायची. मग दोघं निवांत चहा पीत गप्पा मारायचे. उमाशी गप्पा मारणं हा दादांचा आवडता विरंगुळा होता. दिवसभरातल्या कितीतरी घडलेल्या गोष्टी दोघंही एकमेकांना सांगत. चहा पितापिता दादांनी आणलेली भाजी नीट केली जाई. उमा कुकर चढवून स्वयंपाक करेपर्यंत दादा देवाला दिवा लावत; मुलांकडून प्रार्थना, पाढे, रामरक्षा, अथर्वशीर्ष वगैरे म्हणवून घेत.

अविनाश तसा उशिराच घरी यायचा. कामाचा भरपूर व्याप, अधिकाराची नोकरी सांभाळून रात्री जेवणाच्या वेळेसच परतायचा. सगळ्यांनी जेवणाच्या टेबलावर एकत्र आणि तेही टीव्ही न पाहता जेवावं, हा उमाचा शिरस्ता साऱ्या घराने जपला होता. जेवून मुलं होमवर्कसाठी वळली की, दादा आपल्या खोलीकडे वळत आणि मग झोपेपर्यंत वाचन चाले.

दादांना नेहमी वाटे, की एखाद्या सामान्य माणसाला यापेक्षा अधिक काय हवं? सुख सुख म्हणतात ते यापेक्षा वेगळं काय असणार? एक यशस्वी मुलगा, प्रेमळ सून, गोजिरवाणी नातवंडं, आपल्या म्हातारपणाला सामावून घेतलेली ही भक्कम चौकट आपल्या उर्वरित जीवनाचा आधार आहे, आपली जन्मभराची पुंजी आहे. बालपणी आणि तरुण वयात जो मिळाला नाही, तो प्रापंचिक आपलेपणा या म्हातारवयात तरी आपल्या वाटेला आला. उशिरा का असेना, पण परमेश्वराने आपल्याकडे कृपादृष्टी केली. अतिभुकेल्या माणसासमोर पंचपक्वान्नांनी भरलेलं ताट यावं, तसं दादांचं झालं होतं. मित्रांना भरभरून कौतुक सांगताना ते थकत नव्हते. आजही दिवाकर भेटला आणि गप्पांत वेळ कसा गेला दादांना कळलंच

# कर्मयोगी

नाही.

"आज कुठे हरवला होतात, दादा? चहा करून वाट बघतेय मी तुमची." त्यांना पाहताच उमा म्हणाली.

"अगं, रस्त्यात दिवाकर भेटला आणि वेळ कसा गेला ते कळलंच नाही. पोरं शाळेतून परतली असतील, याचा विसरच पडला बघ!" थोडे ओशाळतच दादा म्हणाले.

मुलं शाळेतून आल्यावर त्यांना दाराबाहेर ताटकळत बसावं लागलं असणार, याची दादांना जाणीव झाली. आता कधी नव्हे ती उमा चिडते की काय, अशी दादांना भीती वाटली; पण उमा नेहमीसारखीच बोलत होती. क्षणभर दादांच्या मनात विचार आला, या जागी लक्ष्मी असती तर? ते भूतकाळात शिरणार तेवढ्यात उमाने विचारलं, "दिवाकर म्हणजे केळकरकाकाच ना?"

"हो."

"ते तुमच्याशी बोलत होते इतका वेळ?" आश्चर्याने उमाने विचारलं आणि चहाचा कप त्यांच्या पुढे केला.

"हो. का गं? बऱ्याच महिन्यांनी भेटलो आम्ही दोघं आज."

"नाही, सहज विचारलं. हल्ली ऐकलंय, ते फारसं कुणाशीच बोलत नाहीत; पण तुमचे ते बालमित्र आहेत. तेव्हा तुमच्याशी बोलणारच!" भाजीची पिशवी डायनिंग टेबलावर ठेवत उमा म्हणाली.

उमाच्या बोलण्यामुळे दादांना जाणवलं की, खरंच दादा एकटेच बोलत होते आणि दिवाकर फक्त ऐकत होता. नाही म्हणायला थोडा थकल्यासारखा वाटला; पण आता या वयात ते साहजिकच होतं. शिवाय गेल्या वर्षी वहिनी गेल्या तेही जाणवत असेल. वहिनी होत्या तोवर दिवाकर उत्साही दिसायचा. त्याची खिलाडू, दिलदार वृत्तीच तर आपल्याला आधार होती त्या काळात! केळकरकाकू, दिवाकर आणि वहिनी यांचं स्थान दादांच्या मनात कायम फार वरचं होतं. ते होते म्हणून दादा स्वत:च्या घरात टिकून होते.

"बरं, काय म्हणत होते केळकरकाका?" कोथिंबिरीची देठं तोडतातोडता उमाने विचारलं.

"काही नाही गं," भानावर येत घेवड्याच्या ढिगातून एक घेवडा उचलत दादा म्हणाले. "तू म्हणतेस ते बरोबर आहे. मी एकटाच बोलत होतो आणि तो नुसताच हं... हं... करत होता, हे मला आत्ता जाणवतंय."

"दादा, मी असं ऐकलंय, की ते त्याच घरात वेगळे राहतात. अजितच्या बायकोशी म्हणे त्यांचं पटत नाही."

"तुला हे सगळं कोणी सांगितलं?" दादांच्या काळजात लकलकलं. "आज

भेटला तरी बोलला नाही.''

''काय बोलणार? अवी सांगत होता की, केळकरकाकांचा स्वभाव कम्प्लेनिंग नाहीच मुळी. त्यातून गृहछिद्र का कोणी बाहेर सांगणार?''

''अगं, पण मी दिवाकरसाठी बाहेरचा नाहीये.'' दादांची नजर घायाळ होती. ''आज मी जिवंत आहे तो त्याच्यामुळे. तो, त्याची बायको, त्याची आई, सगळ्यांनी मला आधार दिला म्हणून मी आज आहे. मान्य आहे, बऱ्याच महिन्यांत आम्ही भेटलो नाही; पण...''

''कल्पना आहे, दादा, मला. अवी कधीतरी बोलला होता,'' दादांना शांत करत उमा म्हणाली. ''देवापाशी दिवा लावताय ना, दादा? पोरंही खेळ संपवून येतील आत आता.''

दादा यंत्रवत उठले. ''आणि हो, दादा, माझ्यासाठी जरा त्या गोरखस्वामींच्या चार सीडीज काढून ठेवाल का? त्यांची मागणी दिवसेंदिवस वाढतेच आहे. मन:शांतीसाठी गोरखस्वामींचं 'जीवनसार' जनतेला चांगलंच मानवलंय.'' उमाच्या बोलण्यावर 'हं' म्हणत दादा कामाला लागले खरे; पण आजच्या पुढच्या कुठल्याही कामात दादाचं लक्ष लागेना. पाठ टेकवली, पण झोप लागेना. अण्णा-आईची रोजची भांडणं, चिडचिड, आईची आदळआपट, मग अण्णांनी हाताला येईल ते इतस्तत: विखरून घरात गोंधळ घालायचा आणि तरातरा घरातून बाहेर पडायचं, हा रोजचा शिरस्ता. प्रापंचिक तडजोडीला दोघांपैकी कोणीही तयार नव्हतं. अण्णांना आई डोळ्यांसमोर नको होती आणि आईला अण्णा! अशा अवस्थेत गजाननचं, म्हणजे दादांचं, दोघांनाही बंधन झालं होतं. सगळा राग मग छोट्या गजाननवर निघत होता.

आई-अण्णांचं नेमकं काय बिनसलंय, हे त्याला कळत नव्हतं; पण घरातल्या या रोजच्या वातावरणात त्याचं बालपण मात्र हरवत होतं. ''उचल रासवटा. हा तुझ्या बापाने घातलेला पसारा आवरायला नोकर नाही घरात!'' आई करवादायची. मग आपल्या चिमुकल्या हातांनी तो पसारा आवरेपर्यंत गजानन थकून जायचा. त्याला या अवस्थेत पाहून कधीतरी आईला पाझर फुटायचा. मग डोळ्यांना पदर लावून लावून ती म्हणायची, ''गजा, लवकर मोठा हो बाबा! तुझी काळजी म्हणून मी जिवंत आहे; नाहीतर केव्हाच जिवाचं बरंवाईट केलं असतं.''

त्याच वेळी आईसुद्धा अस्तित्वात नसली तर आपलं कसं होणार, या धास्तीने गजानन मनोमन प्रार्थना करायचा, ''देवा, मला कधीच मोठं करू नकोस. नाहीतर आई जिवाचं काही बरंवाईट करेल.''

हळूहळू आई-अण्णांनी एकमेकांशी बोलणं सोडलं. भांडणसुद्धा गजाननला मध्यस्थी ठेवून केलं जाई.

''जा रे, अण्णांना गिळायला बोलाव. घाला म्हणावं नरड्यात एकदाचे आणि उलथा म्हणावं! म्हणजे हा दिवस तरी संपला म्हणायचा! उद्या जगले-वाचले तर आहेच पूर्ण वेळ मोलकरीण म्हणून हजर.''

''गजा, माझं ताट इकडेच वाढून आण. जेवताना तरी कैदाशिणीचं तोंड नको दिसायला. आणि म्हणावं तोंड आवर; नाहीतर पेकाटात लाथ हाणीन. उद्या मेली तरी बेहत्तर! एकदा खांदा देऊन मोकळा होईन.''

चिमुकल्या गजाननच्या जिवाचं पाणीपाणी होई, अभ्यासातून लक्ष उडे. परिणामी, कसाबसा पास होऊन वरच्या वर्गात ढकलला जाई. मग रिझल्टच्या दिवशी घरीच जाऊ नये, असं वाटे. त्या दिवशी घरात होणारा संवाद गजाननला पाठ झाला होता.

''चिरंजीव, तुमच्याकडून आणखी काय अपेक्षा ठेवणार आम्ही?'' दादा म्हणायचे. ''खाण तशी माती. बेअक्कल बाईची कूस उजवायला आइन्स्टाइन का अवतरणार होता?''

''गजा, तुझे तीर्थरूप स्वत:ला काय भास्कराचार्य की रामशास्त्री समजतात?'' आई आतून वाग्बाण सोडायची. ''पंधरा वर्षं नोकरीला झाली; पण साधं प्रमोशन कधी घेता आलं नाही त्यांना!''

भरपूर अभ्यास करून दोघांनाही खूश करायचं कितीही ठरवलं, तरी बालमनाला घरातल्या वातावरणात एकाग्रता साधताच येत नव्हती.

आणि अशातच सातवीच्या वर्गात पहिल्या दिवशी वर्गात नव्याने आलेल्या दिवाकरशी त्याची मैत्री झाली. गजाननहून थोडा उंच, गोरापान, परीटघडीतल्या युनिफॉर्ममधला घारटुला दिवाकर पाहताक्षणी गजाननला आवडला. दिवाकर अभ्यासात आणि खेळातही खूप हुशार असल्याचं हळूहळू गजाननच्या लक्षात आलं. विचारलेल्या प्रश्नाला चाचरत उत्तर देणाऱ्या गजाननला एकदा दिवाकर म्हणाला, ''बोल की रे बेधडक! चुकलं तर सांगतील सर.''

''पण मला खरंच जमत नाही रे अभ्यास.''

''असं कोण म्हणतं? प्रयत्न केला की सगळं जमतं. मनात निश्चय मात्र पाहिजे.''

''तू शिकवशील मला? मदत करशील अभ्यासात?''

''करीन; पण एका अटीवर. तू माझ्याबरोबर संध्याकाळी मैदानावर खेळायलाही यायला हवं.''

दिवसभर शाळा, अभ्यास आणि संध्याकाळी मैदानी खेळ. दिवाकरसोबत गजाननचे दिवस मजेत जायला लागले. दिवसाचा जास्तीत जास्त वेळ तो केळकरांच्या घरातच घालवू लागला. घरातल्या भांडणांऐवजी केळकरकाकूंच्या तोंडून रामायण, महाभारत, इसापनीतीतल्या गोष्टी कानांवर पडू लागल्या. दिवेलागणीला रामरक्षा,

अथर्वशीर्षाचं पाठांतर होऊ लागलं. कधी क्वचित दिवसभर घराबाहेर राहिल्याबद्दल घरी बोलणी ऐकावी लागत; पण गजाननला त्याची फिकीर नव्हती.

सातवीत दहाव्या क्रमांकाने गजानन पास झाला. आनंदाने जवळजवळ धावतच तो घरी आला. आज तरी आई-अण्णांच्या चेहऱ्यावर समाधान दिसेल, अशी त्याला अशा होती. पण...

''चिरंजीव, आता काय ही नवी कला संपादन केलेली दिसतेय. दिवस दिवस बाहेर रखडून काढले तरी पास झालात. कॉपी करायला लागलात की काय?''

अण्णांच्या वक्तव्याने गजानन दुखावला. संध्याकाळी केळकरकाकूंनी एक पेढा आणि छानसं पेन हातावर ठेवलं.

''हे तुझं बक्षीस. खरी मेहनत केलीस, म्हणून छान रिझल्ट लागला बघ! आता अशीच मेहनत कर आणि खूप मोठा हो!'' काकू म्हणाल्या आणि गजाननच्या डोळ्यांत टचकन पाणी आलं. ते लपवायला तो चटकन काकूंच्या पाया पडला.

वर्षं सरली. दिवाकर इंजिनिअर होऊन बड्या कंपनीत रुजू झाला. गजानन बी.कॉम. होऊन बँकेत नोकरीला लागला. दिवाकरचं लग्न होऊन सुमावहिनींच्या रूपाने केळकरांच्या घरात साक्षात लक्ष्मी आली. त्याच वर्षी हृदयविकाराच्या तीव्र झटक्याने अण्णा गेले. जन्मभर भांडभांड भांडलेल्या आईला उरापोटी रडताना पाहून गजाननला विचित्र वाटलं. तो अगदी तटस्थ होता. आईचं सांत्वनही करावंसं वाटलं नाही, की अण्णांच्या जाण्याचं त्याला दुःखही झालं नाही.

नाही म्हणायला नंतर आईशी भांडायला कोणी नसल्यामुळे घरात शांतता होती; पण काही महिनेच! अण्णांच्या वर्षश्राद्धापूर्वी लग्न व्हायला हवं म्हणून लक्ष्मीशी लग्न झालं आणि अण्णांची जागा लक्ष्मीने घेतली. फरक इतकाच की, त्या वेळी गजाननला मध्ये घालून आई-अण्णा भांडत; आता गजानन घरी आल्याआल्या दोघी हिरिरीने आपापल्या तक्रारी मांडत. साधी वरण-भातावरची भांडणं जेव्हा हमरीतुमरीवर आली, दोन्ही घराण्यांचे उद्धार शेजारच्या घरात ऐकू जायला लागले, तेव्हा मात्र गजानन निराश झाला. अण्णांच्या नंतर तरी घरात शांतता राहील, असं वाटलं होतं; पण नाहीच! घरापासून कुठेतरी निघून जावं, असं वाटलं; पण तोवर अवीचा जन्म झालेला होता. छोट्या अवीसाठी त्याचा जीव अडकून राहिला. त्याचा दुसरा गजानन नको व्हायला.

सुमावहिनींच्या सांगण्यानुसार कधी लक्ष्मीसाठी गजरा-फुलं नेली, तर तोही एक भांडणाचा विषय व्हायचा. नव्हे, त्या दिवशी त्याच विषयावर सासू-सुनेचा वाद भडके.

''कशाला हवाय गजरा? तुमच्या आईनं डोकंतरी शाबूत ठेवलंय का गजरे घालायला? दिवसभर नुसती कटकट!''

"घ्या! मी कटकट करते म्हणे! ही जशी गुणाची पुतळी! एवढा मऊभात कर म्हटलं, तर कटकट वाटते हिला. घाला, गजरे घाला. आम्हाला नव्हता हो कोणी आणला असा गजरा! एका कामात ना ढंग; पण नवरा करतोय कौतुक!"

अशा भांडणांना अंत नव्हता. हळूहळू बँकेव्यतिरिक्तचा वेळ दादा अवीसाठी घालवू लागले. अवीचं आणि त्यांचं असं एक वेगळंच विश्व तयार झालं. आई होती तोवर तिलाच भांडणाची सवय आहे म्हणून ती भांडण उकरून काढते, असं दादांना वाटत होतं; पण आई गेल्यावरही लक्ष्मीत काही फरक पडला नाही. उलट आता बोलणारं कोणी नाही म्हटल्यावर घरातल्या कामाचाही ती आळस करायला लागली, रिकाम्या वेळात शेजाऱ्यांशी वाद घालायला लागली.

पडल्या पडल्या दादा विचार करत होते. काळ पुढे सरकला, अवी मोठा झाला. दादांच्या साऱ्या आशाआकांक्षा अवीला केंद्रस्थानी ठेवूनच निगडित होत्या. गृहसौख्य आपल्या नशिबी नाही, जे मिळेल त्यात समाधान मानायचं दादांच्या अंगवळणी पडलं होतं. लक्ष्मीने कधी त्यांची काळजी केली नाही आणि दादाही कधी तिच्यात गुंतले नाहीत. लक्ष्मी निवर्तली तेव्हा दिवाकर परगावी होता; अजितच्या नोकरीच्या गावी! पाच वर्षांपूर्वी अजित परत इथे आला. नोकरी सोडून बिझनेस सुरू केला. गावाबाहेर टुमदार बंगला बांधून दिवाकर आणि सुमावहिनींसह अजित तिथे राहायला गेला आणि दिवाकर भेटेनासा झाला.

पण आता पुन्हा दिवाकरला गाठायलाच हवं; उद्याच!

सकाळी उमा, अवी आणि मुलंही आपापल्या उद्योगाला लागल्यावर घराला कुलूप घालून दादा घराबाहेर पडले. अजितच्या घरापर्यंत पोहोचायला रिक्षाने चांगला अर्धा तास घेतला. दिवाकरला भेटण्याच्या ओढीत रस्ता संपता संपत नाही, असं वाटलं दादांना. का बोलला नाही तो आपल्याशी आपलेपणाने? पण आपणही कुठे काही विचारलं? आपण आपल्याच विश्वात होतो म्हणून, की दिवाकरकडे दुःख कधी फिरकू शकत नाही याची खात्री होती म्हणून? आयुष्यात प्रथमच आपल्या वाट्याला आलेल्या गृहसौख्याने आपल्याकडे येता येता दिवाकरकडे पाठ फिरवली की काय?

बेचैनीतच दादांनी अजितच्या घराची बेल वाजवली. एक सहा-सात वर्षांची चुणचुणीत मुलगी दार उघडून विचारत होती, "कोण हवंय?"

"पिंकू, तू बूट घाल पटकन. शाळेला उशीर होतोय. मी बघते." मागून धावतपळत येणाऱ्या गीताने दादांकडे पाहिलं. तिच्या डोळ्यांत ओळख जाणवली.

"तुम्ही गजाकाकाच ना?"

दादांनी मानेनेच 'हो' म्हटलं.

"बसा ना!'' सोफ्याकडे हात करत गीता म्हणाली. "गेटबाहेर पिंकूची बस येण्याची वेळ झाली आहे; तिला बसमध्ये बसवून येते.''

"दिवाकर...'' दादा पुढे काही विचारणार इतक्यात बसने हॉर्न दिला आणि 'आलेच' म्हणत गीता एका हाताने पिंकूला धरत दुसऱ्या हातात तिचं शाळेचं सामान सांभाळत बाहेर धावली आणि काही क्षणांतच परतली.

"हं, आता बोला,'' धावपळीने घामेजलेला चेहरा पुसत गीता म्हणाली. "बाबा... ते मागे आउटहाउसमध्ये असतात; पण बसा ना; चहा की कॉफी घेणार? की काही थंड? बऱ्याच दुरून आला आहात तुम्ही. आईंकडून आणि अजितकडून तुमच्याविषयी ऐकलंय. शिवाय एक-दोनदा मला वाटतं आपण भेटलेलोही आहोत. व्हॉट्सॲपवर अवीदादांनी अजितला पाठवलेले तुम्हा सगळ्यांचे फोटोही मी पाहिलेयत.'' एका दमात गीता बोलत होती. बोलत बोलत ती स्वयंपाकघराकडे वळली. दादांचं सारं लक्ष केव्हा एकदा दिवाकरला भेटतो, याकडे होतं. जागेवरच चुळबुळ करत ते जागचे उठले. "नको, नको. चहापाणी काही नको; दिवाकर...'' बंगल्याच्या मागल्या बाजूस हात करत दादांनी तिच्याकडे प्रश्नार्थक बघितलं.

"हो. ते तिथेच असतात, पण माझ्या हातचा चहाही न घेता जाणार का तुम्ही? बसा की! तुम्ही काहीही न घेता गेलात हे अजितला कळलं, तर त्याला वाईट वाटेल. आधीच...'' बोलताबोलता गीता थांबली. बोलावं की न बोलावं या संभ्रमात तिचा चेहरा गंभीर झाला, "चहा चालेल ना तुम्हाला? मीही घेईन थोडासा.''

अनिच्छेने दादा पुन्हा बसले. चहा-बिस्किटांचा ट्रे घेऊन गीता बाहेर आली.

"काका, खरं तर तुम्हाला भेटण्याची खूप दिवसांपासून इच्छा होती. आई गेल्या आणि या घराचं वातावरणच बदलून गेलं. आई होत्या तोवर त्या सगळ्यांना सांभाळून घेत होत्या. अजितला असं बाबांनी आउटहाउसमध्ये राहणं पटत नाही. खूप त्रास होतो त्याला या गोष्टीचा; पण बाबा काही समजून घ्यायलाच तयार नाहीत. अजित म्हणत होता की, बाबांना समजावू शकेल असा एकच माणूस आहे; गजाकाका!''

दिवाकरला भेटायला आलेल्या दादांना हे असं गीताला भेटणं अनपेक्षित होतं. खरं तर त्यांना काल उमाने दिवाकरविषयी सांगितल्यापासून गीताचा थोडा रागच आला होता. त्यामुळे गीताच्या या बोलण्यावर काहीही न बोलता दादा गप्प बसून चहाचा घोट घेत राहिले.

"खरं तर मी या वेळी, म्हणजे पिंकूला शाळेत पाठवलं की रोज आमच्या ऑफिसात जाते. अकाउंट्सचं काम पाहते, बँकेचे व्यवहार, टॅक्स वगैरे संदर्भातील आणि काही असतील ती किरकोळ कामं पाहते. तेवढाच एका माणसाचा पगार

वाचतो. सध्या बिझनेसमध्ये मंदी आहे आणि माझ्याही शिक्षणाचा उपयोग होतो. मघाशी चहा करता करता आज उशिरा येते म्हणून अजितला मेसेज केलाय; कारण मला तुमच्याशी बोलायचंय. आहे ना तुमच्याकडे थोडा वेळ?''

दादांकडे आशेने पाहत गीताने विचारलं आणि दादांचा नाइलाज झाला.

गीताने दाखवलेल्या वाटेने दादा बंगल्याच्या मागच्या बाजूला चालू लागले. गीता तशी सौम्य, समंजस वाटली. तिने जे सांगितलं तसं जर दिवाकर वागत असेल, तर... दिवाकरच्या स्वभावाचा हा पैलू तर आपण कधी विचारातच घेतला नाही. आपल्या वैराण आयुष्यात त्याचा आधार होता! तो आपल्यावर हुकमत गाजवतोय हे कधी जाणवलंच नाही. तो सांगेल ते करण्यात उलट आपल्याला एक प्रकारचं समाधानच वाटायचं. त्या वेळी आपल्या मनाची तहानेलेली, तडतडलेली जमीन केळकरांच्या घरात फक्त ओलावाच शोधत होती.

आउटहाउसच्या दाराबाहेरच्या सावलीत आरामखुर्चीत दिवाकर वाचत बसलेला दादांना दिसला. त्यांनी हळूच साद घातली, ''दिवाकरऽ''

चष्म्याच्या काड्यांच्या वरून दिवाकरने वर पहिलं. आश्चर्याची एक पुसटशी रेष आणि स्मित चेहऱ्यावर पसरलं. पुस्तक सावकाश बंद करून दिवाकर उठला.

''ये,'' म्हणत तो आउटहाउसच्या खोपटात शिरला. न बोलता दादाही आत गेले. भिंतीलगत कॉटवर परीटघडीतली स्वच्छ चादर एकही चूण न पडता अंथरलेली होती. ही दिवाकरची पहिल्यापासूनची सवय! मैत्री कितीही घनिष्ट असली, तरी त्याच्या कॉटवर कोणीही बसलेलं त्याला आवडायचं नाही. अवघडून दादांनी इकडेतिकडे पहिलं. कॉटच्या पलीकडून दिवाकरने दोन घडीच्या खुर्च्या काढल्या.

बराच वेळ शांततेत दोघंही काहीही न बोलता बसून होते. मौन तोडत दादांनी विचारलं, ''हा काय प्रकार आहे, दिवाकर? काल आपण भेटलो; पण एका अक्षरानेही बोलला नाहीस. इतके परके झालोय का रे आपण?''

''चहा घेणार?'' दिवाकरने विषय टाळत विचारलं.

''नको, बाहेर पडू. बाहेरच कुठेतरी घेऊ गप्पा मारता मारता.''

न बोलता दोघंही बराच वेळ चालत होते. दादांना खरं तर खूप काही बोलायचं होतं दिवाकरशी; पण नेमकं कुठून सुरू करावं, हेच कळत नव्हतं. दिवाकरचं नक्कीच काहीतरी चुकत होतं. काकूंनी किती जाणीवपूर्वक वाढवलं दिवाकरला! दिवाकरला त्याच्या मनाविरुद्ध वागलेलं आवडत नाही, हे दादांना पक्कं ठाऊक होतं; पण काकूंच्या या गुणी बाळाच्या मनाविरुद्ध काही करण्याची कधी आपल्याला

गरजच भासली नाही.

दादांना आठवलं, वर्गातल्या वसंतला, तो अनेकदा सांगूनही स्वच्छ राहत नाही म्हणून याने बेदम मारलं होतं. प्रकरण मुख्याध्यापकांकडे गेलं होतं. पालकांना बोलावलं गेलं.

"माझी चूक नाही. मी माफी मागणार नाही." दिवाकर आपल्या मतावर ठाम होता.

"तुझं कौतुक सांगायला मला शाळेत बोलावलं गेलं असतं, तर मला आवडलं असतं." काकू घरी आल्यावर फक्त एवढंच बोलल्या.

त्या नेहमी म्हणायच्या, माणूस चुकतो; पण जो चुका सुधारतो, तो खरा माणूस! त्यांच्या संस्कारांच्या आपल्यावर कळत-नकळत पडलेल्या तुषारांनी आपल्या जीवनाचं सोनं झालं. मग दिवाकर... आज काकू असत्या तर... कदाचित त्याला आयुष्यात मनाविरुद्ध काही होऊ शकतं, याची सवयच नाही. आधी काकूंनी आणि नंतर वहिनींनी त्याचा प्रत्येक शब्द झेलला. आपण चुकू शकतो, हे त्याच्या कधी लक्षातच आलं नसावं. आपल्यालाही त्या वेळी त्याच्या चुका कळल्या नाहीत. त्याचं कसंही वागणं आपल्याला चांगलंच वाटत होतं. स्वतःच्या घरातल्या रखरखाटात दिवाकरचा सहवास आपल्यासाठी हिरवळच होती. त्यात चुकून एखादा काटा असेल, तर तो त्या काळात तरी आपल्या पायात कधी रुतला नाही.

घरात काकूंच्या रूपात तत्त्वज्ञानाचा धबधबा वाहत होता. त्यांचं तत्त्वज्ञानही अगदी सोपं... त्यांचा एक एक शब्द आपण अधाश्यासारखा शोषून घेतलाय; अगदी मनाच्या आतल्या कप्प्यात जपून ठेवलाय. त्या नेहमी म्हणायच्या... 'माणसाने निसर्गाला गुरू करावं! आपण जे पेरतो तेच उगवतं. पेरलेलं बी रुजून रोपटं असेपर्यंत त्याची निगा राखली जाते. एकदा का त्याचा वृक्ष झाला की, त्याचं त्यानेच ताठ मानेने जगायचं असतं; बुंध्याला कीड लागू न देता! जमलंच तर आल्यागेल्या वाटसरूला सावली द्यावी; पण स्वतः सावलीची अपेक्षा करू नये. वाऱ्यावर आनंदाने डोलावं आणि पावसात चिंब भिजावं; आकाशाला गवसणी घालत आपली स्वतःची अशी विशेष जागा निर्माण करावी; पण आडवं पडून वाट अडवण्याचा प्रयत्न केला, तर मात्र तो स्वतः तिथेच संपला समजायचं! कारण त्याला बाजूला सारून पांथस्थ आपली वाट करून घेणारच!' आणि आज हा त्यांचाच मुलगा स्वतःच्याच मुलाची-सुनेची वाट अडवतोय? का? काकूंकडून हा कधीच शिकला नसेल का, की आपल्या भोवतालच्या माणसांशी जमवून घेण्यातच खरं सुख आहे?

आई-अण्णांचं भांडण झाल्यावर एकदा असेच आपण हिरमुसून दिवाकरकडे जाऊन बसलो होतो. आपली समजूत काढताना काकू म्हणाल्या होत्या...

"गजा, बाळा! एक सांगते. कदाचित हे सगळं कळायला तू अजून लहान आहेस; पण आपल्या शरीराच्या बाहेरचा कोणताही माणूस आपल्याला हवं तसं वागेलच असं नाही! मग तो बाप असो की आई! वागण्याच्याही प्रत्येकाच्या वैयक्तिक मर्यादा असतात. तसं नसतं तर सगळेच संत नसते का झाले? जे आपल्याला मिळालेलं असतं, त्यावरच समाधान मानण्यात आपलं आणि घरातल्या इतरांचं मानसिक स्वास्थ्य अवलंबून असतं. प्रत्येकाला स्वतःचा अहं आधी प्रिय असतो. त्यांची सुखं, त्यांची दुःखं, त्यांचे मान, त्यांचे अपमान, त्यांचा स्वार्थ हे सगळे रिपू काबूत ठेवून वागणारे विरळेच! थोड्याफार फरकाने सगळ्याच घरांत हे चित्र तुला दिसेल. नितळ दृष्टीने प्रत्येकातलं चांगलं बघायला शीक. सरावाने जमेल हळूहळू."

दादांनी दिवाकरकडे पाहिलं. आज दादा बोलत नव्हते, तरीही दिवाकर गप्पच होता. ऊन लागू नये म्हणून घातलेल्या टोपीखाली कपाळावर आठ्यांचं जाळं दादांना स्पष्ट दिसलं. आपण ज्याला आदर्श समजत होतो, त्या या दिवाकरच्या वागण्याला एवढ्या मर्यादा आहेत? स्वतःच्या अहंकाराला हा इतका कवटाळून आहे की, आपल्याच मुलाच्या सुखी आयुष्यात तणाव निर्माण करून त्याचं मनःस्वास्थ्य हा बिघडवतोय. का?

हॉटेलात खुर्चीवर बसल्यावर दादांनी विचारलं, "काय घेशील?"

"तुला हवं ते मागव."

दादांनी मऊ चटणी-सँडविच आणि कॉफी मागवली. आणि बरोबर आणलेल्या थैलीतून एक सीडी काढून त्याच्या पुढे धरत म्हटलं, "ही तुझ्यासाठी."

"काय आहे यात?" सीडी उलटीपालटी करत दिवाकरने विचारलं.

"गोरखस्वामींचं 'जीवनसार'."

"तू देतोयस हे?" आश्चर्याने दिवाकरने विचारलं. "तू अशा बुवाबाजीवर कधीपासून विश्वास ठेवतोस?"

"ही बुवाबाजी नाही; जीवनाचं सार आहे. जगायचं कसं याविषयीचं गाइड आहे."

"थोतांड असतं हे. कोणीही उठून काहीही तत्त्वज्ञान सांगतं. मी मानत नाही ते." दिवाकरने स्वभावाला धरून रोखठोक सांगून टाकलं.

"माझ्यासाठी एकदा ऐकशील? कदाचित हे आपण आधीही कधीतरी आपल्या एखाद्या जवळच्या माणसाकडून ऐकलंय, असं वाटेल."

दिवाकरने निरखून एकदा दादांकडे पाहिलं, पुन्हा सीडी उलटीपालटी करून पाहिली आणि शांतपणे बाजूला ठेवत ते म्हणाले, "हं, या कोलाटीच्या गोरखस्वामींविषयी बरंच ऐकलंय हल्ली."

दादा मंदसे हसले.

"या गोरखस्वामींना म्हणे लोक पुजतात!" दिवाकर म्हणाला. "आणि मला ही व्यक्तिपूजा अजिबात मान्य नाही."

"माणसाला एक श्रद्धास्थान हवं असतं. जीवनाच्या रामरगाड्यात रोज शरीराने आणि मनाने भरडल्या जाणाऱ्या जनतेला शब्दांचा आधार हवा असतो. त्यातून त्यांना आशेचा मार्ग दिसत असतो; तो गोरखस्वामींकडून मिळतो इतकंच! त्यांनी कधी कोणाला खोटी आश्वासनं दिली नाहीत, की कधी अंगारेधुपारे! चमत्कार घडवणारा फक्त तो एक परमेश्वर आहे किंवा दुसरं माणसाचं मन! मनाने कणखर व्हा; तरीही लवचीक राहा. समोरच्याला समजून घ्या. सगळंच आपल्या मनासारखं घडत नसतं. मनाचा तोल राखून धीराने परिस्थितीचा सामना करा, विपरीत परिस्थिती म्हणजे तुमच्या परीक्षेचा काळ आहे असं समजून वागा, असंच ते सांगतात." दादांनी दिवाकरला समजावून सांगितलं.

"तू कोलाटीला जातोस?" दिवाकरने विचारलं.

"हं! गेली आठ वर्षं, प्रत्येक शनिवार-रविवार मी तिथेच असतो."

"प्रत्येक आठवड्याला काय असतं तिथे?"

"स्वार्थ आणि परमार्थही!"

"स्वार्थ कसला?"

"उमा आणि अवीला मुलांसह त्यांचा वीकएंड मोकळा मिळतो. त्यात माझी लुडबुड नसते आणि माझं काम होतं."

"काय करतोस तिथे जाऊन?"

"गोरखनाथांची सेवा."

"तू!" आश्चर्याने दिवाकरने विचारलं. "तू त्यांच्यापर्यंत कसा पोहोचलास?"

"नियतीने भेट घालून दिली. प्रत्येकाला या जगात काही कार्य नेमून दिलेलं असतं; आपण ते निमूटपणे करत जावं. त्यामागे नियतीचा काहीतरी हेतू असतो; कार्य अव्हेरू नये, या तुझ्या आईच्या शिकवणीला अनुसरूनच मी वागतोय."

"हे कार्य तुला कोणी नेमून दिलं?" काहीशा आश्चर्याने दिवाकरने विचारलं.

"अर्थात नियतीने!" शांत स्वरात दादा म्हणाले. "उमाची पहिली डिलिव्हरी होणार होती. कडक डोहाळे होते. आमच्या घरात तिचं करणारं असं कोणीच नव्हतं. त्यामुळे ती माहेरी होती. घरात मी आणि अवी! उमा स्वभावाने सौम्य आहे. तिच्याशी गप्पा मारणं हा माझा आवडता छंद आहे. एखाद्या गोष्टीची सवय झाली, की तिच्या अभावी माणूस बेचैन होतो; पण कधी कधी आपल्या सवयीशिवाय राहण्याचीही आपल्याला सवय करून घ्यावी लागते. त्या दिवशी मी तुला म्हटलं तसं, मला उमाच्या रूपात घरात अप्रूपाची शांती, समाधान, सौख्य मिळत होतं.

ती डिलिव्हरीसाठी माहेरी गेली आणि मला घर आणि रिकामा वेळ खायला उठला. अवीची दिवसभराची नोकरी. उमाचं माहेर गावातच! शनिवार, रविवार तो उमाबरोबर घालवायचा. दिवस दिवस असे एकट्याने घालवून वेड लागायची वेळ आली. मग काय! मी येता-जाता उमाच्या माहेरी जाऊ लागलो. सुरुवातीचे काही दिवस सारं ठीक होतं; पण नंतर नंतर मला असं जाणवू लागलं, की माझं रोजचं असं तिच्या माहेरी जाणं हे तिच्या माहेरच्या मंडळींना फारसं रुचत नाहीये. प्रत्यक्ष असं मला कोणी बोलून दाखवलं जरी नसलं, तरी मला ते जाणवू लागलं. माणसाला काहीतरी व्यवधान असणं आवश्यक आहे. मी काहीतरी वेगळं करायला हवं होतं. उमाच्या माहेरी जाणं मी कमी केलं; पण रिकाम्या वेळात नेमकं काय करू?'' दिवाकरकडे निरखून पाहत दादा क्षणभर थांबले आणि पुढे सांगू लागले.

''अवीला 'उमाची डिलिव्हरी झाली की कळव; येईन परत' असं सांगून बस स्टँड गाठला. मिळेल ती पहिली बस पकडली. एकटाच प्रवासाला निघालो. सोबत दोन कपडे, थोडे पैसे, क्रेडिट कार्ड आणि मोबाईल! कुठे जायचं, काय करायचं हे काहीही ठरवलं नव्हतं. प्रवास सुरू होऊन जेमतेम तास-दीड तास झाला असेल; अचानक माझ्या बसने करकचून ब्रेक मारला. बसमधले प्रवासी खडबडून जागे झाले. ड्रायव्हर खाली उतरला, त्याबरोबर बसमधले सगळेच काय झालं ते पाहायला खाली उतरले. आम्ही खाली उतरून पहिलं; एक बावीस-पंचविशीचा मुलगा बसच्या पुढ्यात पडला होता. ड्रायव्हर सांगत होता की, तो मुलगा तिरपा बसच्या दिशेने धावत आला. ड्रायव्हरने चपळतेने ब्रेक लावल्यामुळे त्या मुलाला फारसं लागलेलं नव्हतं; पण तो मूर्च्छित झाला असावा. कुणीतरी पाणी आणून त्याच्या तोंडावर शिंपडलं. तो उठून बसला.

''तुला काय हीच बस गावली का रं पोरा?'' म्हणत ड्रायव्हरने स्वत:चा राग ओकत त्याच्यावर तोंडसुख घेतलं. आपले जुनाट कपडे झटकत खाली मान घालून तो मुलगा रस्त्याच्या कडेला जाऊन थरथरत उभा राहिला.

''डोस्क्याला ताप नुसता!'' म्हणत त्या मुलाकडे एक तुच्छ नजर टाकत ड्रायव्हरने एक करडी नजर सगळ्या प्रवाशांवर टाकली, ''चला रं समदे! मुक्कामाला हात का हितं? चला पटापटा!'' सगळ्यांना बसमध्ये चढण्याचा इशारा करत तो स्वत:च्या सीटवर चढून बसलासुद्धा!

''अरे हा कोन, कुटला, बगा जरा! ह्येला घरला पोचवाया होवं; सोताच्या जिवावर उटलाय जनू! जा बाबा, जा. घरला जा! फुडल्या बसची वाट नग बगुस मराया!'' म्हणत एक म्हातारा स्वत:च्या जागेवर जाऊन बसला. एकामागून एक सगळेच त्या मुलाकडे दयार्द्र नजर टाकत आत जाऊन बसले; कोणाकडेही त्या पोरासाठी वेळ नव्हता; पण माझा पाय उचलेना! तसाही मी अर्थहीन भटकायला

निघालो होतो; माझ्या त्या प्रवासाला थोडा अर्थ मिळाला. त्या मुलाचं काय? तो जिवावर नक्कीच उदार झाला होता! त्याला असं सोडून जाणं म्हणजे 'मर बाबा, आम्ही निघतो, फक्त आमच्या बसखाली नको,' असंच म्हटल्यासारखं होतं.

"आता तुमाला काय येगळं सांगायचं होय? शिरा आत!" ड्रायव्हर कातावला.

क्षणभर विचार केला आणि झरकन बसमध्ये शिरून स्वत:ची कपड्यांची पिशवी उचलून खाली उतरता उतरता ड्रायव्हरला म्हटलं, "व्हा तुम्ही पुढे, मी बघतो त्या पोराकडे."

बसमधून खाली उतरून चारी बाजूंना नजर टाकली. दुपारची टळटळीत उन्हाची वेळ होती खरं तर; पण गच्च झाडीत ऊन फारसं जाणवत नव्हतं. रस्त्यावर एका बाजूला गुडघ्यांत डोकं खुपसून मुसमुसत असलेला तो मुलगा आणि मी यापलीकडे एक चिटपाखरू नव्हतं. दुतर्फा फक्त झाडी होती. मुलगा बसला होता तिथून एक पायवाट झाडीतून आत जात होती. रस्त्यावर मातीत तुरळक वर्दळीच्या खुणा सोडल्यास तिथे फारशी वर्दळ नव्हती. मी त्या मुलाच्या जवळ जाऊन त्याच्या पाठीवरून प्रेमाने हात फिरवला आणि तो मुलगा अक्षरश: ओक्साबोक्शी रडत माझ्या पायावर कोसळला.

"कुठे राहतोस बाळा तू?"

"..."

"चल, घराकडे चल."

मागच्या पायवाटेकडे तोंड करून तो चालू लागला. त्याच्यामागे मीही चालू लागलो.

"त्या मुलाचं पुढे काय झालं?" दिवाकरने उत्सुकतेने विचारलं.

"आज तो मुलगा कोलाटीचा सरपंच आहे. आजपासून आठ-नऊ वर्षांपूर्वी शहरात शिकूनसवरून आलेल्या या मुलाला ध्येयाने पछाडलं होतं. पाच-सातशेची वस्ती असलेल्या, मागासलेल्या स्वत:च्या गावाचा त्याला विकास साधायचा होता. गावातल्या लहानग्यांना तो शिकवत होता, स्वच्छतेचे धडे देत होता, गावकऱ्यांनी कोणतेही अघोरी उपाय न करता वैद्यकीय उपचार करावेत आणि त्यासाठी गावातला एकमेव असलेला सरकारी दवाखाना चालू राहावा, तिथे एखादा तरी डॉक्टर फक्त कागदोपत्री न राहता कायमस्वरूपी असावा, गावात शाळा असावी, गाव पक्क्या सडकेने हमरस्त्याला जोडला जावा, गावातल्या शेतीसाठी सशक्त बी-बियाणं, खत मिळावं, यासाठी तो प्रयत्नशील होता. पावसाचं पाणी जिरवून बाराही महिने शेती कशी हिरवीगार राहू शकते, हे तो तिथल्या जनतेला पटवण्याचा आटापिटा करत होता; पण जनतेकडून प्रतिसाद नव्हता आणि सरकारी धोरणं फक्त कागदोपत्रीच होती. ज्यांच्यासाठी तो उरापोटी धावत होता त्या लोकांनी आणि ज्यांनी धोरणं

राबवायला हवी, त्यांनीही त्याला वेडा ठरवला. लष्कराच्या भाकऱ्या भाजण्याचे त्याचे हे उद्योग घरातही कुणालाच मान्य नव्हते. आपल्या शिकल्यासवरल्या मुलाने शहरात जाऊन नोकरी करून चार पैसे मिळवावे, असंच त्याच्या आई-वडिलांना वाटत होतं. घराची पाच एकर शेती सांभाळायला ते समर्थ होते; पण गावाचा विकास करण्याचं वेड त्याला स्वस्थ बसू देत नव्हतं. त्याच्या पदरी फक्त निराशाच येत होती. एका अशाच निराश क्षणी त्याने स्वत:ला आमच्या बससमोर झोकून दिलं होतं. हे सगळं त्या पायवाटेने जाताना त्याने मला सांगितलं.

तो पुढे आणि मी त्याच्या मागे साधारणपणे एखादा किलोमीटर गेलो असू, अचानक तो मागे वळला, माझ्या पाया पडला, ''बाबा, तुम्ही मला आज जीवदान दिलंत; आणखी एक उपकार कराल? सामान्यांना फक्त चमत्काराची भाषा कळते. माझा माझ्या प्रयत्नांवर विश्वास आहे. तुमची साथ मिळाली तर आपण दोघं मिळून चमत्कारही घडवू. नाही म्हणू नका.''

''दिवाकर, आज कोलाटीचा हा जो गाजावाजा तू ऐकतोयस, तो सगळा त्याच्या – रमणच्या – प्रयत्नांचा चमत्कार आहे. मी फक्त बदलत जाणाऱ्या कोलाटीचा साक्षीदार आहे. आठ वर्षांपूर्वी शेकड्यात असलेली या गावाची वस्ती आता काही हजारांच्या घरात आहे. तिथे पक्क्या सडका, विहिरी, शाळा, दवाखाना, केमिस्ट, सगळं आलंय. भक्तांच्या दानातून आम्ही हे सगळं करतो. गोरखनाथांच्या दर्शनाला येणाऱ्या भाविकांसाठी आश्रमही बांधायला घेतलाय. गावातल्या शेतीच्या उत्पन्नाव्यतिरिक्त बाहेरून येणाऱ्या भक्तांना सोयी उपलब्ध करून देण्यामुळे गावकऱ्यांचं उत्पन्न वाढलं आहे. वृद्धांची वाढती शहरी समस्या लक्षात घेऊन आश्रमाशेजारी स्वच्छ मोकळ्या हवेत एक वृद्धाश्रम सुरू करण्याचा आमचा मानस आहे. वृद्धांची सोय होईल आणि कोलाटीच्या स्त्रियांना भोजनव्यवस्थेचं आणि साफसफाईचं काम मिळेल.''

''आणि हे जीवनसार सांगायला गोरखस्वामी कुठे भेटले तुम्हाला?'' दिवाकरच्या प्रश्नाने दादांनी एकदम चमकून त्याच्याकडे पाहिलं. तीच मनाचा ठाव घेणारी भेदक नजर हातातली सीडी हलवत दादांचा चेहरा न्याहाळत होती.

दादांनी आपली नजर खाली वळवली आणि सीडीकडे अंगुलिनिर्देश करत ते शांतपणे म्हणाले, ''सीडी मनापासून ऐक आणि सीडी कव्हरवर लिहिलेलं नीट वाच. येईल तुझ्या लक्षात.'' क्षणभर थांबून दादांनी हळूच सुचवलं, ''जीवनसार पटलं, तर येत्या शनिवारी माझ्याबरोबर कोलाटीला नक्की ये. तुझ्यासारख्याची गरज आहे रे तिथे!''

घरी आल्यावर दिवाकरने हातातली सीडी कोपऱ्यातल्या टेबलावर भिरकावली.

असल्या बुवाबाजीचा त्याला पहिल्यापासून रागच होता. मनाला वाटेल ते सडेतोड बोलावं, प्रामाणिकपणे जगावं म्हणजे पुरे आहे की! तत्त्वांशी तडजोड आपण ना कधी केली आणि कधी करणारही नाही. उभं आयुष्य एक यशस्वी कारकीर्द घडवली ती उगाच नाही. मी अजितशीसुद्धा तडजोड केली नाही. प्रत्येकाचं जीवनसार प्रत्येकाने ठरवावं.

म्हणे जीवनसार... 'असं वागा, तसं वागा' सांगून कोणी सुधारत नसतं. नुसता शब्दच्छल! आपण काय कमी समजावलं अजितला? घरात सूनबाई सोडून कोणी बाईमाणूस नाही. जन्मभर यांच्यासाठी खस्ता खाल्ल्या, आता या वयातही यांचंच करत बसायचं का घरात? बरं, सुट्टीच्या दिवशी तरी घरी बसून आपल्याला वेळ देतील; तर तेही नाही. कुणाला तरी घरी बोलावून धिंगाणा घालायचा; नाहीतर कुठेतरी स्वत:च जायचं! रोज पिंकीला शाळेच्या बसमध्ये बसवा, उतरवा, तिच्याकडून अक्षरं गिरवून घ्या, तिला पार्कात फिरायला न्या, तिला हवं-नको पाहा, स्वत:चं जेवण स्वत:च गरम करून घ्या! खरं तर गीताने घरात राहून हे सगळं पाहायला हवं. बिझनेस आहे अजितचा! पण घरात बसली, तर या सासऱ्याचं करावं लागेल! उलट, सासऱ्याने याही वयात यांच्यासाठी करत राहायचं, ही त्यांची अपेक्षा! त्यापेक्षा एकटंच सुटसुटीत राहणं केव्हाही बरं! सुमा होती तोवर सगळं बिनबोभाट निभावत होतं. आपलंही आणि गीताचंही! तिने कधी आपल्याकडून कुठल्याच कामाची अपेक्षा केली नाही. मी म्हणीन त्याला मान देत होती.

सूनबाई दिवसभर बिझनेसच्या नावाखाली ढणकायच्या आणि ही सासू घरात राबायची. सासूने कधी तक्रार केली नाही. उलट, सुनेचं कौतुक करताना थकत नव्हती ती! 'माझा कोणीही हेवा करावा. सासू आणि सून दोघीही मला चांगल्या भेटल्या' असं म्हणून दिवस साजरे करत होती, म्हणून सारं काही गोडीत होतं. अन्यथा सूनबाईचं काही खरं नव्हतं. सासू गेल्यापासून एक वर्षाच्या आत सासऱ्याला एकांतवास पत्करावा लागला; या गोष्टीचीही लाज नाही. होते की नाही आता ओढाताण! आपली किंमत कळत असेल; पण बोलेल कोणत्या तोंडाने? तशीही ती न बोलता शहाणीच आहे. अंगी धडाडीही नाही. एक मुलगी झाली; झालं! जन्माचं सार्थक झालं! केळकर घराण्याला वारस नको? त्याविषयी काही बोलायचं नाही. अजितला विचारलं तर म्हणतो, "हल्ली प्रामाणिकपणे जगणाऱ्याला दुसरं पोर परवडत नाही. ते जन्माला येणं, त्याचं औषधपाणी, कपडालत्ता, हौसामौजा, अगदी बालवाडीपासूनचं शिक्षणसुद्धा; सारंच महागलंय. एवढं करूनही पोर जन्माला घातलंच समजा, तरी केळकरांच्या कॅटॅगरीतल्या मुलाला पुढे जाता हवी तिथे ॲडमिशन मिळणं हल्ली दुरापास्त झालंय बाबा! एक एक पोर जन्माला घालताना हल्ली फार फार विचार करावा लागतो. पिंकीचं करून बिझनेसचा व्याप सांभाळतानाच

दोघांची तारांबळ उडतेय. बरं, दुसऱ्या खेपेला मुलगाच होईल कशावरून? आपली वात्सल्याची भूक भागवायला एक पोर पुरेसं आहे.''

हे यांच्या जीवनाचं सार!

आई म्हणायची तेच बरोबर! पेरलेलं उगवायला सुपीक जमीन लागते... इथे काहीही बोललं, तरी पालथ्या घड्यावर पाणी!

आईच्या या आठवणीसरशी दिवाकर थोडासा घुटमळला. त्याला आठवलं; पुढे आई म्हणायची की, 'आपण पेरत जावं. कुणी सांगावं, एखादी जमीन सुपीक असूही शकते!'... पण जमीन नापीकच असेल तर? या गजासारखी! आईने याला काय कमी समजावलं असेल? पण शेवटी हा असा भोंदू निपजला! सीडीमध्ये कुणा भोंदू साधूने सांगितलेलं जीवनसार घेऊन वाटत फिरतोय. मला वरून मघाशी शिकवत होता की, शरीरात ताकद आहे तोवर स्वस्थ बसण्यापेक्षा, आपल्या माणसांना मदत झाली तर त्यात वाईट काय आहे? गजा तसा पहिल्यापासूनच शेळपट! आपला बाणेदारपणा त्याच्यात तेव्हाही नव्हता आणि आताही नाही. विस्थापितासारखा दर वीकएंडला भटकत असतो. तो सरपंच रमण नाचवतो आणि हा नाचतो. नक्की काय सुधारणा केल्यात गावात ते जाऊन पाहायलाच हवं! नेमकी काय अशी किमया तिथे घडली आहे? काहीशा शंकेने त्याने ती भिरकावलेली सीडी पुन्हा उचलली. मनाविरुद्ध जाऊन सीडीवरील अक्षरं नीट वाचू लागला.

'गुरुमाउली स्व. वत्सलाबाई केळकर यांच्या स्मृतीस अर्पण' विशेष लाल अक्षरांत लिहिलेल्या पहिल्याच मजकुराकडे दिवाकरचं लक्ष वेधलं गेलं.

सीडीवर आईचं नाव पाहून दिवाकर अवाक् झाला. ठसठशीत कृष्णाच्या मूर्तीच्या तेजोवलयाच्या मागे हा कुणाचा फोटो? अस्पष्ट असा भालप्रदेश, त्यातून डोकावणारे सौम्य करुण डोळे! कुठे पाहिलेत आधी? त्यांचा आईशी काय संबंध? ते गजाला कसे भेटले? की... गजाच... छे, छे... जीवनसार सांगून लाखोंच्या समुदायाला भुरळ घालण्याचं कसब गजात खचितच नाही. आणि असलंच तरी सर्वसामान्य जीवन जगणारा गजा आठवड्यातून दोन दिवस हे असं सोंग गेली आठ वर्षं सतत बिनबोभाट कसं वठवेल? निरखून निरखून, दिवाकर गोरखस्वामींचा फोटो न्याहाळत होता. मघाशी हॉटेलात सँडविच आणि कॉफी घेत आपल्यासमोर बसलेला गजा... गोरखस्वामी... छे, शक्यच नाही! लहानपणी वर्गात उत्तरं द्यायला घाबरणारा गजा जनसमुदायासमोर... नाहीच! गजा खोटंही वागणार नाही.

कॉम्प्युटरच्या सीडी प्लेअरमध्ये सीडी घालून दिवाकर ऐकू लागला. मनात प्रचंड गोंधळ माजला होता. हा आवाजही परिचित वाटतोय. कोण असेल हा गोरखस्वामी? धीरगंभीर, मुलायम बोलणं! हो, हा गजाचाच आवाज! म्हणजे गजाच गोरखस्वामी! इतकं खोटं? दिवाकरची कपाळावरची शीर तटतटली. स्वत:ला

काय विद्वान पंडित समजतो की काय हा? हा कोण आहे हे मला माहीत असूनसुद्धा ही सीडी मला द्यायचं याचं धाडस कसं झालं?

"आपल्याच वर्गात, आपल्याच आधाराने शिकणारा एक नगण्य विद्यार्थी आज प्रचंड जनसमुदायाच्या आकर्षणाचा विषय ठरतोय आणि त्याला आधार देणारे आपण..." गजाचं यश पचवणं दिवाकरला अवघड जात होतं. टेबलावर हाताची मूठ आपटत तो जोरात ओरडला, "गजा, तू इतका खोटेपणा करू शकतोस? यू चीटर!"

दिवाकर आणि दादा बसमधून उतरले.

"हा तोच रस्ता आहे, जिथे एक छोटीशी पाऊलवाट होती पूर्वी! रमणची आणि माझी इथेच पहिली भेट झाली." बसमधून उतरल्यावर दादा सांगत होते.

"हं," दिवाकर हुंकारला. त्यानी पाहिलं. दादांनी दाखवलेल्या रस्त्याच्या प्रवेशाशीच आतल्या बाजूला निर्देश करणारा 'कोलाटी'च्या नावाचा फलक होता!

"इथल्या जनतेने स्वकष्टाने, चिकाटीने हा रस्ता तयार केला." दादांनी माहिती पुरवली.

"हा सगळा तुझा महिमा दिसतोय!" कुत्सितपणे दिवाकरने विचारलं.

"नाही; मी फक्त निमित्त ठरलो."

"हा तुझा मोठेपणा; पण गावाने तर तुला डोक्यावर घेतलंय! अवघ्या पंचक्रोशीत नाव झालंय; गोरखस्वामी!" कडवट स्वरात दिवाकर म्हणाला.

"तुझा काहीतरी गैरसमज झालेला दिसतोय. जनतेने मला मी आहे तसाच स्वीकारला आहे. गावात गोरखनाथाचं, श्रीकृष्णाचं मंदिर आहे. या जनतेसाठी ते जागृत दैवत आहे. त्या देवाने मला या जनतेच्या कल्याणासाठी धाडलं, असं फक्त रमणने त्यांना सांगितलं. गोरखनाथ माझ्या स्वप्नात येऊन त्यांच्या कल्याणाचा रस्ता दाखवतात; ज्यावर ते गेली आठ वर्षं चालत आहेत. गोरखनाथांचा मला अनुग्रह आहे, म्हणून मला ते गोरखस्वामी असं संबोधतात. भोळी आहे रे ही प्रजा! त्यांना मी खरा कोण आहे, हे जाणून घ्यायचीही गरज भासत नाहीये."

"त्या सीडीज?"

"एका भक्ताची देणगी! शहरात भरपूर पैसा कमवला आहे त्याने. देणगीदारांना प्रसाद म्हणून देत असतो तो. त्यात फक्त माझ्या मुखातून जनतेला वेळोवेळी मिळालेल्या गोरखनाथांच्या उपदेशांचं संकलन आहे. माझं नाव त्यावर कुठेच नाहीये."

"याची तयारी तू कुठे करतोस?"

"जे माझ्या नसानसांत भिनलंय त्याची तयारी कशाला करायला हवी? काकूंचं

तत्त्वज्ञान मी गोरखनाथांच्या तोंडी घातलं इतकंच!''

''पण हे खोटंय. ही जनतेची फसवणूक आहे.''

''काय खरं, काय खोटं, हे परिस्थिती ठरवते. जे खोटं जनतेच्या हितासाठी असतं ते खोटं, खोटं असलं तरी ते पुण्यकर्म असतं, ही काकूंची शिकवण तू विसरलास का, दिवाकर?'' दादांनी दिवाकरला विचारलं. दिवाकरच्या कपाळावर अजूनही फक्त आठ्या होत्या.

''महाभारतातल्या कथांचा आधार घेऊन काकू सांगायच्या, साक्षात श्रीकृष्णानेही अर्जुनाकरवी जयद्रथाचा वध करताना असत्याचाच आधार घेतला होता. धर्मराजांनाही मृत्युशय्येवर असलेल्या गुरू द्रोणाचार्यांशी खोटं बोलावंच लागलं; पण अशा प्रत्येक वेळी आपला विवेक जागा असावा लागतो. त्या खोट्यात स्वार्थ नसावा. स्वार्थ आणि परमार्थ यांतील सीमारेषा फार धूसर असते. या सीमारेषेत बहुधा विवेक हरवतो. विवेकाशी इमान राखता येत नसेल, तर खोटेपणाची सवय नकोच.''

दिवाकर अवाक् झाला. गजाननचा शब्दन् शब्द आईचा होता. जसं आई बोलायची, तसंच गजा त्याला सांगत होता. गुरूमाउली असा उल्लेख करून सीडीतही गजाने सगळं आईचंच तत्त्वज्ञान सांगितलं होतं. तसा उल्लेखही तो वारंवार करत होता. आईने वेळोवेळी ऐकवलेलं एक एक वाक्य गजाने आत्मसात केलं होतं.

''आजही तुला इथे बोलावण्याचा माझा हेतू विवेकाला धरूनच आहे. आज तुझा परिचय मी इथल्या जनतेशी ज्येष्ठ 'गुरुबंधू' म्हणून करून देणार आहे. तुला जर शक्य असेल, तर तू या जनतेचा त्राता होऊ शकतोस. जे तत्त्वज्ञान मी तुझ्या घरात राहून शिकलो, ते तुझ्या रक्तात भिनलेलं आहे. तुझ्या सावलीत राहून मी जे शिकलो, त्यातून मला बरंच काही मिळालं. मी समाधानी आहे. ते समाधान मला तुझ्याकडे सोपवायचं आहे. तुला आठवतंय? काकू नेहमी म्हणायच्या, 'आपल्या माणसाला समाधान देण्यात एक वेगळंच समाधान असतं.' आज ते समाधान मला मिळू दे, दिवाकर!''

आईचं तत्त्वज्ञान तिच्याबरोबरच गेलं, संपलं असं आपल्याला वाटत होतं. ती आपल्यावर संस्कार घालत होती आणि आपल्याच घरात वावरणाऱ्या एका कावऱ्याबावऱ्या, तहानलेल्या, वैराण मनाने ते अमृताचे बोल अधाश्यासारखे पिऊन घेतले होते; इतकंच नाही, तर ते जनतेतही मुक्तपणे वाटले होते. आई खरंच म्हणत होती 'आपण पेरत जावं. कुणी सांगावं; एखादा जमिनीचा तुकडा सुपीक असूही शकतो!'

क्षणापूर्वीचे दिवाकरचे भाव बदलले. मनोमन गजाननपुढे नतमस्तक होऊन तो म्हणत होता, ''गजा, तू ती सुपीक जमीन ठरलास रे! तिच्या पोटी जन्माला येऊन मी मात्र कोरडाच राहिलो. यश आणि सारी सुखं आपोआप मिळत गेली, मी म्हणेन

तसं होत गेलं! एका सरळ रेषेत मी जगलो. अडथळ्यांची सवयच नव्हती मला. आईचा उपदेश ऐकायला जरी बरा वाटत होता, तरी त्यातलं मर्म मी कधी गंभीरपणे जाणलंच नाही. त्याची आपल्याला गरज नाही, याची खात्री होती; पण आई गेली, बायको गेली आणि आपल्याला इतरांचीही मतं विचारात घ्यावी लागतात, हे कळलं. आई म्हणायची तसा आपला स्वभाव लवचीक ठेवण्याची गरज भासू लागली; पण मनाचा अहं स्वत:चा हट्ट सोडू शकला नाही. कदाचित तू योग्य वेळी पुन्हा मला भेटलास.

"काल तू रस्त्यात भेटलास, संसारात तुला सुखाचे क्षण गवसल्याचा तुझ्या चेहऱ्यावर आनंद पाहिला. ते सुखाचे क्षण मिळवण्यासाठी तू जीवनात किती यातनांमधून गेलास, हे माझ्याइतकं कोण जाणत असेल? तरीही मला तुझा हेवा वाटला. सुखं फक्त माझ्याच वाट्याला आली पाहिजेत, हा माझा अट्टाहास होता. क्षमा कर मित्रा; पण तुझ्यासारखा क्षुद्र जीव या वयात संसारात सून-मुलगा आणि नातवंडांमध्ये आनंदात आहे आणि मी मात्र आउटहाउसमध्ये राहतोय, हे मला सहन होत नव्हतं; पण दुसऱ्या व्यक्तीचं स्वतंत्र अस्तित्व आदरपूर्वक स्वीकारण्याचं आईचं कसब तू आत्मसात केलंस आणि मी मात्र ते विस्मृतीत गाडलं. मुलाच्या संसारातलं स्वत:चं स्थान टिकवत आणि त्यांचं स्वातंत्र्य जपत तू कोलाटीसारख्या छोट्या गावाला गर्तेतून वर यायला मदत केलीस. तू अगदी तसाच, कृष्णासारखा कर्मयोगी आहेस. आई म्हणायचीच,

कर्म करी सातत्याने तोच खरा जाणा योगी,
संसार भोगुनी समर्थ, कृष्ण होई कर्मयोगी।"

दादांनी मागे वळून पाहिलं. दिवाकर हात जोडून नतमस्तक होऊन उभा होता!

❖

**सकाळपासून सरिताची धावपळ** चालू होती. दुपारच्या गाडीने सुरेशदादा आणि मीरावहिनी येणार; त्याआधी सगळी कामं आटपायची होती, म्हणजे मग निवांत गप्पा मारता येणार होत्या. जवळजवळ वर्ष झालं त्यांना भेटून. समीरही भेटीला उतावीळ होता. आज 'ऑफिसला दांडी' असंच म्हणत होता; पण दादा-वहिनी यायला दुपार होणार आणि जेवणखाण होईपर्यंत त्याची परत यायची वेळ होणार. हीच दांडी उद्या मारली तर पूर्ण दिवस तरी त्यांच्याबरोबर मिळेल असं सांगून, समजावून त्याला जवळजवळ ढकलतच ऑफिसला धाडला होता. विनीत आणि किन्नरीही शाळा-कॉलेजात गेले होते. ती स्वत: मात्र शाळेला रजा टाकून घरी बसली होती. भराभरा कामं उरकताना सरिताचे कान बाहेर टॅक्सीचा कानोसा घेत होते. दारात टॅक्सीचा आवाज ऐकताच धावतच ती दारापर्यंत गेली आणि जणू थिजूनच जागच्या जागी उभी राहिली.

टॅक्सीतून उतरणारा तो... तोच... हो, नक्की तोच होता; विवेक! तिला आठवलं, भवतीचं सारं जग तुच्छ आणि पायदळी तुडवायलाच योग्य आहे, असं समजणारा! क्षणभरात तिच्या कपाळावरची शीर ताठरली, खालचा ओठ दाताखाली दाबला गेला, सूक्ष्म तिरस्कार साऱ्या शरीरभर पसरला. स्वत:ला दाराआड लपवत ती निरीक्षण करू लागली. तसाच आहे का अजून तो, बेदरकार? माणूसघाणा? पण त्याची ती तीक्ष्ण नजर आज थोडी मलूल होती, त्या नजरेत ती जरब नव्हती. टॅक्सीच्या मागच्या दारातून काही हालचाल जाणवली. तिची उत्सुकता वाढली. कोण असेल? त्याची बायको असेल की... कशी असेल? सुंदर असेल की... सरिताने पाहिलं, लगबगीने दार उघडून त्याने तिला खाली उतरायला मदत केली. ती आजारी असावी. थोडी स्थूल, डोळ्यांवर चाळिशी, केसांत चंदेरी छटा. 'आपल्याच वयाची असेल; पण जरा जास्तच थकलेली वाटतेय,' सरिता स्वत:शीच म्हणाली. 'पण ते इकडे का आले आहेत?' तिच्या छातीत धस्स झालं. काल दाजी म्हणत होते की, शेजारी माजगावकरांच्या घरात नवं बिऱ्हाड येणार आहे, ते हेच का? बाप

# अनाथ

रे! तसं असेल तर आपण कसं राहायचं इथे आता? काहीतरी जादू व्हावी आणि आपण आपल्या या घरासकट गायब व्हावं, असं तिला वाटू लागलं. तिने आडूनच पाहिलं, टॅक्सी निघून गेली. सामानाच्या मध्ये उभा राहून तो बिल्डिंगकडे शोधक नजरेने पाहत किंचित उभा राहिला, त्याने तिला काहीतरी सांगितलं आणि दोन बॅगा उचलून एक एक पाऊल टाकत तो चालू लागला. ती उरलेल्या सामानात तशीच उभी राहिली. त्या क्षणी तरी विवेकला सामोरं जाण्याची सरिताची तयारी नसल्यामुळे ती दाराआड झाली. दारापलीकडून त्याच्या पावलांचा आवाज दरवाजाच्या पुढे गेल्यावर तिने धडधडत्या हृदयाला शांत करण्यासाठी सोफ्याचा आधार घेतला.

इतक्या वर्षांनीही त्याला पाहून तिला धडधडत होतं? पण ती धडधड त्या तारुण्यसुलभ भावनांची नव्हती खास! तिने मनाला समजावलं; पण मन भूतकाळात हरवलंच! त्या गोष्टीला आता १७-१८ वर्षं झाली असतील.

विवेक साळगावकर, सुप्रसिद्ध जज्ज विजय साळगावकर यांच्या चार मुलांपैकी सर्वांत धाकटा. विवेकाचा आणि त्याचा नावापलीकडे काहीही संबंध नसल्यासारखं बेदरकार, बेलगाम वागणं! पण त्या वेळी त्याचं वागणं त्या दिवसापर्यंत तिला खटकलं नव्हतं. त्याचं रोज रोज आश्रमाच्या दारापाशी तिची वाट पाहत उभं राहणं तिला आवडत होतं. त्याचं गोड बोलणं तिला भुरळ घालत होतं. त्याचं ते राजबिंडं रूप, त्याचा तो आत्मविश्वास, सारं जग पायदळी तुडवत असल्यासारखं वागणं तिला मोहवून टाकत होतं.

खरं तर सुरेशदादा आणि मीरावहिनीच्या बरोबर अनाथाश्रमात इतर दहा-बारा मुलामुलींच्या बरोबर वाढलेल्या तिला घरात माणसांची कमी नव्हती. दहा ठिकाणांहून नकोशा झालेल्या किंवा अनाथ झालेल्या मुलांचं एकत्रित कुटुंबच होतं ते. सुरेशदादा आणि मीरावहिनीही त्यांपैकीच! कालिंदीकाकूंनी सगळ्यांना आधार देत 'ममताश्रम' आकाराला आणला आणि त्यांच्या समर्थ संस्कारांत ते सगळे मोठे झाले. सुरेशदादा आणि मीरावहिनीचा संसारही त्यांनीच मार्गी लावला. ती दोघंही त्याच आश्रमात वाढली, मोठी झाली, संसाराला लागली आणि काकूंच्या नंतर 'ममताश्रमा'चा डोलाराही त्याच दोघांनी अव्याहतपणे सांभाळला. दर वर्षी एखादा तरी जीव आधार शोधत आश्रमात नव्याने येतोच. मीरावहिनी-दादाचे मिहीर आणि मीनलही त्याच आश्रमात मोठे झाले. ममताश्रम हाच दादा-वहिनींचा संसार! सुबत्ता नसली तरी आश्रमात कधी काही कमी आहे, असं जाणवलं नाही. सुरेशदादाची बँकेची नोकरी होतीच. त्याखेरीज कलाकुसरीच्या वस्तू, ग्रीटिंग्ज, कुरडया-पापड्या, लोणची तयार करण्यापासून घरकाम आणि लहानग्यांना सांभाळण्यापर्यंत ज्याला जसं जमेल तसं प्रत्येक जण हातभार लावत होता. कामात कुचराई त्या आश्रमाच्या वाऱ्यालाही उभी राहत नव्हती. उच्च शिक्षणाला आश्रमाचं प्रोत्साहनच होतं; फक्त त्यासाठी

‘स्वत: कमवा आणि शिका’ इतकीच अट होती. एक कुटुंब नसूनही कुटुंबापलीकडला जिव्हाळा होता तिथे! सारं कसं सुरळीत चालू होतं. सरिताची शाळेतली नोकरी आणि समीरचं फिजिक्समधलं संशोधनही याच पार्श्वभूमीवर चालू होतं आणि अचानक विवेक सरिताच्या आयुष्यात डोकावला. सरिताचं मोहरून जाणं मीरावहिनीच्या मायेच्या नजरेतून सुटलं नव्हतं.

“कोण आहे तो?” एक दिवस सरिता पोळ्या लाटत असताना पोळ्या भाजायला बसलेल्या मीरावहिनीने तिला विचारलं. सरिता खाली मान घालून लाजून चूरचूर होऊन पोळ्या लाटत राहिली.

“दोघांना एकमेक पसंत आहात का? तू आश्रमात वाढलेली आहेस, हे त्याला माहीत आहे का?” मीरावहिनीने पुन्हा विचारलं. सरिताने मानेनेच ‘हो’ म्हटलं.

“उद्या त्याला भेटायला घेऊन ये. त्याच्या घरच्यांशीही बोलायला हवं.” मीरावहिनी म्हणाली. त्याच वेळी शेजारच्या खोलीतून काहीतरी पडल्याचा आवाज आला. त्या दिशेने पाहत वहिनीने विचारलं, “कोण?”

“काही नाही वहिनी, पुस्तक हातातून निसटलं.” आतून समीर म्हणाला.

समीरचा आवाज ऐकला आणि वहिनीचा चेहरा काहीसा विचारमग्न झाला. या वेळी समीर पुस्तकात गढलेला असायचा; तो इथे काय करतोय?

त्या दिवशी साळगावकरांच्या भव्य हॉलमध्ये दादा, वहिनी, सरिता आणि समीर अंग चोरून बसले होते. आज तिथे नेमकं काय घडणार, याचा कुणालाच अंदाज नव्हता. जज्ज विजय साळगावकरांचा गावात चांगलाच दबदबा होता. त्यांच्या घरात कोणतीही ओळख नसताना जायचं म्हणजे सगळ्यांनाच संकोचल्यासारखं वाटत होतं. चार भावंडांचं समृद्ध कुटुंब! वहिनींच्या घशाला तर कोरड पडली होती. एका अनाथ मुलीच्या नशिबात हे एवढं वैभव आहे? त्या सभोवताली पाहत विचार करत होत्या. नोकराने आणून दिलेले पाण्याचे ग्लास सगळ्यांनीच घटाघटा घशाखाली घातले. साळगावकर कुटुंबाला सामोरं जाण्याची प्रत्येक जण मनाची तयारी करत होतं.

विवेकला वहिनीने भेटायला बोलावलं होतं; पण त्याने उलट निरोप धाडला, “जे बोलणं व्हायचं ते एकदाच सर्वांसमक्ष होऊन जाऊ देत. घरी या.”

बऱ्याच जीवघेण्या प्रतीक्षेनंतर आईवडिलांसह विवेक हॉलमध्ये आला. इतर भावंडं कुठे आहेत, हा प्रश्न वहिनीने मनातच गिळला. जुजबी ओळख झाली आणि विवेकने बोलायला सुरुवात केली. दादा-वहिनीकडे पाहत तो म्हणाला, “मी कोण हे तुम्हाला माहीत आहे. सरिता कोण, कुठली, ती तुमच्या आश्रमात कशी आली, याच्याशी मला किंवा माझ्या आईवडिलांनाही काही देणंघेणं नाही. तिला इतकी वर्षं

तुम्ही वाढवलीत, त्याबद्दल आभार. ती मला पसंत आहे आणि तिलाही मी पसंत आहे. तुम्ही मला नाही म्हणावं असंही काही कारण मला दिसत नाही. तेव्हा हे लग्न ठरलं, असं मी गृहीत धरतो.''

किंचित नाराजीची छटा वहिनीच्या चेहऱ्यावर पसरली. हा आभार कसले मानतोय? आपल्या धाकट्या बहिणीसारखी वाढली ती आश्रमात. आश्रमात तान्ही आलेली सरिता वहिनीला आठवली. त्या वेळी पंधरा वर्षांच्या मीरावहिनीने तिला स्वत:च्या अंगाखांद्यावर वाढवली होती. तिची जबाबदारी दादा-वहिनीने निभावली होती. तिला स्वत:च्या वात्सल्यछायेत वाढवलं होतं आणि आज आमचं कोणतंही मत न विचारता अधिकारवाणीत हा म्हणतोय की, हे लग्न ठरलं असं गृहीत धरतो! त्यांनी साळगावकर पती-पत्नींकडे पहिलं. त्यांच्या माना खाली होत्या; पण विवेकच्या बोलण्याला होकारार्थी डोलत होत्या. म्हणजे त्यांनाही हे लग्न मान्य होतं! वहिनीने सरिताकडे पाहिलं. ती लाजून खाली मान घालून बसली होती. समीर खिडकीतून बाहेर शून्यात पाहत बसला होता. त्याच्याकडे पाहून वहिनी क्षणभर विचलित झाली. तिने नजर दादाकडे वळवली. दादा वहिनीकडे प्रश्नार्थक नजरेने पाहत होता. त्या नजरेत सरिताच्या भविष्याविषयी अनेक प्रश्न होते, असं वहिनीला जाणवलं.

''लग्नाआधी मला एक गोष्ट सर्वांसमक्ष स्पष्ट करायची आहे,'' विवेक पुढे बोलत होता. ''मी लग्नानंतर माझ्या आई-वडिलांच्या घरात राहणार नाही. आईची अशी अपेक्षा आहे, की मी तिच्याबरोबर राहावं. खरं तर तिला आम्हा चारही भावंडांनी एकत्र तिच्याबरोबर राहायला हवं आहे. हा तिचा आजचा विचार आहे. माझ्या लहानपणी माझ्या आजीचंही हेच स्वप्न होतं; पण त्या वेळी आईला स्वतंत्र संसार हवा होता. त्या वेळी आईने आमचा विचार केला नाही. तिला जे हवं ते तिने केलं. तेव्हा आज मी तिचा विचार करायला बांधील नाही. इतक्या वर्षांत मी एक शिकलोय की, नातेसंबंध म्हणजे मनस्ताप! तेव्हा माझ्या पुढील आयुष्यात मला कुठलेही नातेसंबंध नको आहेत.'' दादा-वहिनी आणि समीरकडे तीक्ष्ण कटाक्ष टाकत तो पुन्हा ठासून म्हणाला, ''अगदी कुठलेही! सरिताचा लग्नानंतर आश्रमाशी संबंध राहिलेलाही मला चालणार नाही.''

त्याच्या कटाक्षाने मीरावहिनी बेचैन झाली, समीरची बसल्या जागी चुळबुळ सुरू झाली; पण दादा संथ स्वरात म्हणाला, ''हा तुमचा टोकाचा निर्णय झाला असं नाही का वाटत तुम्हाला? सर्व नाती तोडून जगणं सोपं नसतं. नाही, कदाचित ही तुमची मतं असतीलही; पण लग्नानंतर सरिताच्या मतांचाही विचार व्हायला हवा, हो ना? शिवाय...''

दादाचं बोलणं मध्येच तोडत छद्मीपणे हसत विवेक म्हणाला, ''तिची काय मतं असणार? तिच्या कुवतीपेक्षा तिला भरपूर काही मिळणार आहे. त्यात तिने

समाधान मानावं. तसंही तुमच्याशी तिचं काय नातं आहे? रक्ताची नाती जिथे एकमेकांचा विचार करत नाहीत, तिथे तुम्हा लोकांचं तर बघायलाच नको!''

''काहीतरी चुकतंय तुमचं, विवेक!'' आवंढा गिळत मीरावहिनी म्हणाली. ''रक्ताच्या नात्यांचं म्हणाल, तर आमचेही स्वत:चे संसार आहेत, आम्हालाही मुलं आहेत. सरिताशीच नाही, तर आश्रमातल्या प्रत्येक जिवाशी असलेले आमचे संबंध हे आम्हाला एकमेकांशी मनाने जोडून ठेवणारे आहेत. त्या मनाच्या घट्ट विणीत आम्ही एका कुटुंबासारखेच राहतो.''

''कुटुंबासारखे म्हणजे कुटुंब म्हणता येत नाही,'' विवेक स्वत:चं म्हणणं पुढे दामटत म्हणाला. ''मला खोटी नाती मान्य नाहीत. खरी नाती जिथे निभावता येत नाहीत, तिथे तुमच्यासारख्या नात्यांना विचारतो कोण?''

मीरावहिनीने सरिताकडे पहिलं. तिच्यासाठी विवेकचा हा आजचा अवतार काही वेगळाच होता. अनपेक्षितपणे स्वप्न विस्कळीत होत असल्याचा विदीर्ण भाव तिच्या चेहऱ्यावर पसरला होता. काही क्षणांपूर्वीचा लाजरा भाव काळवंडला होता. तिच्या चेहऱ्याकडे पाहून मीरावहिनीला गलबलून आलं. काकुळतीच्या स्वरात ती विवेकला म्हणाली, ''असं नका म्हणू तुम्ही. संसार हा दोघांचा असतो. एकमेकांना सांभाळत, एकमेकांची मतं विचारात घेत तो तडीस नेण्यात एक आगळीच मजा असते. नातेसंबंध तोडणं अत्यंत सोपं असतं. एक एक माणूस जोडणं मात्र फार कठीण असतं.''

''ते कठीण काम मला करायचंच नाहीये. नकोयत मला कोणतीही नाती,'' विवेक अविचाराने बोलत होता. ''म्हणूनच तर अनाथाश्रमातली मुलगी पाहिली; नाहीतर तिच्यात काय विशेष आहे? मागे कुठलाही नात्यांचा व्याप नको म्हणूनच ना? मला वाटतं, मी माझे विचार स्पष्टपणे तुमच्यासमोर मांडले आहेत. प्रत्येक जण आपापल्या विचाराने जगायला स्वतंत्र आहे.''

समीर जागेवरून ताडकन उभा राहिला. ''चला वहिनी-दादा, जिथे नात्यांची किंमत नाही, तिथे सरिता सुखी राहू शकत नाही,'' म्हणत तो विवेककडे वळून म्हणाला, ''खरंय तुमचं म्हणणं. प्रत्येक जण आपापल्या विचाराने जगत असतो. आम्ही आश्रमात राहत असलो, तरी एका कुटुंबासारखे राहतो; कारण विचाराने आम्ही एक आहोत. कदाचित कुटुंबाची खरी किंमत काय असते, हे आम्हालाच जास्त कळत असावं. सरिताकडे तिची वेगळी मतं आहेत, त्यांचा आदरही आमच्या कुटुंबात राखला जातो आणि तो तसाच राखला जाईल, याची खबरदारी आम्ही नक्की घेऊ. झाला एवढा अपमान पुरे...''

''समीर!'' त्याच्या खांद्यावर थोपटत त्याला शांत करत मीरावहिनीने खाली मान घालून बसलेल्या सरिताकडे त्याचं लक्ष वेधलं. तिच्या जवळ जात तो

म्हणाला, ''ऊठ सरिता, या सोन्याच्या पिंजऱ्याचा मोह सोड. इथे अपमान, मानहानी यांखेरीज तुला काहीही मिळणार नाही.''

सरिता यंत्रवत उठून उभी राहिली. आपल्या डबडबलेल्या डोळ्यांनी समीरकडे पाहत तिने त्याला थांबायची खूण केली. डोळ्यांतल्या अश्रूंना वाट करून देऊन ती विवेककडे वळली. त्याच्या नजरेला नजर देत म्हणाली, ''इथे येताना माझ्या डोळ्यांत तुमच्याबरोबरच्या संसाराची सुखस्वप्नं होती. वाटत होतं की, तुमच्या आयुष्यात मला विशेष स्थान आहे; पण नाही, तुमच्या लेखी आश्रमात वाढलेली मी एक पोरकी पोर आहे. तुम्हाला वाटतंय की, मला ना आगा ना पीछा! पण तसं नाहीये. हे माझं कुटुंब माझ्या पाठीशी भक्कम उभं आहे. तुमच्या आईने त्यांचे विचार तुमच्यावर लादले असं तुम्ही म्हणताय; ना तुमच्या वडिलांनी त्यांना विरोध केला, ना तुम्हा भावंडांनी. झाल्या प्रसंगातून शिकलात फक्त एवढंच की, आपले विचार दुसऱ्यावर लादायचे. त्यासाठी भक्कम कुटुंबातली मुलगी पाहण्याचं धाडस नव्हतं तुमच्यात. म्हणून अनाथाश्रमातली गरीब गाय बरी वाटली तुम्हाला; पण तुम्ही चुकलात. ज्यांना जन्माने नाही, पण नशिबाने दादा-वहिनीसारखी देवमाणसं भेटली, त्या आमच्यासारख्यांना माणसामाणसांतल्या नात्याची खरी किंमत जास्त कळते. बरं झालं आधीच कळलं, की आपले रस्ते एक नाहीत. पुढे जाता जन्मभराची होणारी फरपट टळली.''

तरातरा सरिता तिथून बाहेर पडली. दारातून बाहेर पडताना सरिताची कुणाशी तरी धडक होता होता राहिली. दोघींची क्षणभर नजरानजर झाली. 'सॉरी' म्हणत दोघीही एकमेकींच्या रस्त्यातून बाजूला झाल्या. सरिताच्या पाठोपाठ समीर आणि दादा-वहिनीही बाहेर पडले. काही वेळापूर्वी ज्या घराच्या श्रीमंती वैभवाने ते दिपून गेले होते, संकोचले होते, तेच घर क्षणात नगण्य ठरवून ते बाहेर पडले. सरिताचं सुख या घरात खासच नव्हतं! विवेकविषयी तिला तारुण्यसुलभ आकर्षण वाटलं खरं; पण त्याचा खरा स्वभाव लक्षात येताच तिनं स्वत:ला सावरलं होतं. स्वत्व राखताना तिने बाणेदारपणे विवेकला दोन खडे बोल ऐकवले होते. साळगावकरांच्या वैभवाला तिने भावभावना, नातेसंबंधांपेक्षा जास्त किंमत दिली नव्हती; अपमानित वाटत असूनही या गोष्टीचं समाधान तिथून बाहेर पडताना दादा-वहिनी आणि समीरच्याही चेहऱ्यावर दिसत होतं.

सरिताकडे पाहून अचलाने जरी 'सॉरी' म्हटलं होतं, तरी प्रत्यक्षात पाठमोऱ्या सरिताकडे पाहताना तिच्या चेहऱ्यावर विजयी हसू उमटलं होतं. मॅमची – विवेकच्या आईची – सोशल वर्कसंदर्भात सगळी कामं पाहणारी त्यांची असिस्टंट म्हणून गेली दोन वर्षं ती साळगावकरांच्या घरात वावरत होती. विवेकचे हे विचार तिला पटत

होते, आवडत होते. गडगंज श्रीमंतांचा देखणा मुलगा लग्नानंतर वेगळं राहायचं म्हणतोय! छानच की! तिच्या घरात आई-वडिलांची रोज रोज होणारी भांडणं आणि भावाचं अरेरावी वागणं तिला दिवसेंदिवस असह्यच होत होतं. विवेकबरोबर राजा-राणीचा संसार हे तिच्या दृष्टीने एक सुखस्वप्नच होतं; पण सरिता... तीच एक मोठी अडचण होती. आज सरिता घरी येणार हे तिला कालच मॅमकडून कळलं होतं. तेव्हापासून ती बेचैनीत साळगावकरांच्या घरात रेंगाळत होती.

"कशी आहे ती दिसायला?" संधी मिळताच तिने विवेकला विचारलं.

"हं... बरी आहे!" तिच्याकडे तीक्ष्ण नजर टाकत मोघमात विवेकने उत्तर दिलं. बहुधा त्याला म्हणायचं होतं, 'का नसत्या चौकश्या करतेयस?'

"तुम्ही असे इतके कसे हो मितभाषी?" धिटाईने अचलानं विचारलं. आता धाडस दाखवायलाच हवं होतं. आज नाही तर कधीच नाही, हे ती जाणून होती. उद्या सरिता घरी आली आणि सर्वानुमते लग्न ठरलं की झालं! सगळं संपलंच म्हणायचं. जे प्रयत्न व्हायला हवेत, ते आजच व्हायला हवेत... त्यामुळे त्याच्या तीक्ष्ण नजरेची तमा न बाळगता संभाषण चालू ठेवत तिने प्रश्न टाकला, "तिच्याशी तरी कसे बोलता?"

"हं."

"हं काय? मी तुमच्याशी बोलतेय."

"तुला घरी जायचं नाहीये का?"

"हेही माझंच घर आहे की! सांगा ना, ती खरंच इतकी आवडते तुम्हाला?"

"..."

"मॅम म्हणत होत्या की, तुम्हाला नातलगांची ॲलर्जी आहे. वाटत नाही मला, ती तिच्या घरच्यांना तुमच्यासाठी दूर लोटेल."

एक जळजळीत कटाक्ष तिच्यावर टाकून विवेक तिथून बाहेर पडला. त्याच्या मागे धावत अचलाही बाहेर पडली. त्याने सुरू केलेल्या कारचा दुसरा दरवाजा उघडून ती झटकन आत बसली. "आज मला माझ्या घरी पोहोचवाच."

"गळ्यात पडणं चांगलं जमतंय तुला!" विवेक तिरकसपणे म्हणाला. त्याकडे पूर्ण दुर्लक्ष करत अचलाने आपले प्रयत्न चालूच ठेवले.

"नाही, म्हणजे सहसा मुली माहेरच्या लोकांना घट्ट धरून असतात, म्हणून म्हटलं."

"तिच्या जागी तू असतीस तर तू काय केलं असतं?" नाइलाजाने गाडी सुरू करत विवेकने विचारलं.

प्रश्न अनपेक्षित होता. अनपेक्षित असला तरी तिचं उत्तर विवेकला जे हवं होतं, तेच होतं; पण काहीशा संकोचाने ती गप्प बसली. तिच्या चेहऱ्यावरचे बदलते भाव

विवेकने नेमके टिपले. तो छद्मी हसला.

"तेच तीही करणार. माझ्यासारख्याला नाही म्हणण्याइतकं धाडस जे तुझ्यात नाही, ते तिच्यात कुठून असणार?" पूर्ण आत्मविश्वासाने तो बोलत होता. हीच वेळ होती किमान चान्स घेण्याची.

"आणि समजा तसं झालंच तर?" तिने विचारलं.

"तर तू आहेसच! तू सगळ्यांना सोडून माझ्याबरोबर राहायला तयार आहेस... माहीतेय मला." पुन्हा त्या खोचक नजरेने अचलाला घायाळ केलं. क्षणभर नजरानजर झाली; तिची नजर तिच्या नकळत खाली झुकली.

म्हणजे आपल्या मनात काय आहे, हे हा जाणून होता तर! तरीही आपल्याला असं राखीव ठेवलेलं अचलाला फारसं आवडलं नाही; पण पुढचा फायदा लक्षात घेऊन तिने स्वत:ला सावरलं.

"तरीही मला असं वाटतं की, तुमच्या या मतांची तिला तुम्ही आधीच कल्पना द्यावी. तेवढं धाडस आहे तुमच्यात?"

करकचून ब्रेक लागून गाडी थांबली. विवेकचा चेहरा राग ओकत होता.

"उतर, पटकन खाली उतर. माझ्या धाडसाविषयी विचारण्याचं तुझं धाडस मात्र बरंच वाढलंय. कोण समजतेस तू स्वत:ला? काय हक्क आहे हे विचारण्याचा तुला? पण तरीही तुला एक सांगतो; आजवर मी मला जे जे हवं ते सरळसोट मार्गाने मिळवलंय; कुठलाही आडपडदा न ठेवता! उद्या त्या लोकांनाही माझी मतं मी स्पष्ट सांगणार आहे. तरीही सरिता मला नाही म्हणणार नाही, याची मला खात्री आहे. तिने तसं धाडस दाखवलंच, तर तू म्हणशील ते मी करीन. आत्ता आधी बाहेर पड, गेट डाउन!"

त्याच्या शब्दांच्या भडिमाराने अवाक् झालेली अचला पटकन खाली उतरली. अपमानित मनाला कोडगेपणाचं पांघरूण घालत तरीही कारमधून उतरता उतरता ती निलाजरेपणे म्हणालीच, "बघा बरं! शब्दाला जागा म्हणजे झालं! मी उद्याची वाट पाहते."

आपल्या नशिबी आयुष्यभर फक्त वाट पाहणंच आहे, हे अचलाला त्या वेळी कळलंच नाही. सरिता त्या दिवशी स्वाभिमानाने निघून गेली. तिने विवेकच्या कुठल्याच बडेजावाचा मोह केला नाही. आपण मात्र त्या मोहात पक्क्या अडकलो. वाटलं होतं, आज ना उद्या विवेकमध्ये बदल होईल; पण विवेक त्याच्या शब्दाला, त्याच्या स्वभावाला जागला; अक्षरश: जागला! माणूसघाणा, तिरकस! त्याला कोणी घरी आलेलंही कधी आवडलं नाही. ना कधी कोणाच्या जवळ तो गेला, ना त्याने अचलाला कुणाकडे जाऊ दिलं! कुठलेही पाश नको म्हणून मूलसुद्धा होऊ दिलं नाही. महिन्याकाठी मुबलक पैसा मात्र अचलाकडे न चुकता येत होता; पण

तरीही तिच्यासाठी संसार म्हणजे एक तुरुंगवास ठरला होता. तिला एकटीचा संसार हवा होता. एकटेपणा नको होता! ती माणसांसाठी आसुसत राहिली, आईपणासाठी खंतावत राहिली.

वयाची चाळिशी उलटली होती. आताशा तिचीही चिडचिड वाढली होती. विवेकशी वादावादी नित्याचीच बाब ठरली होती.

"तुला जे हवं, ते तू मिळवलंस. सरिताला माझ्यापासून दूर केलंस!"

"मी..?" अचला तावातावाने म्हणाली. "मी नाही; तुझा खोटा अत्मविश्वास नडला तुला."

"तिच्याशी लग्न केलं असतं, तर कदाचित आज मी..."

"का नाही गेलास मग तिच्या मागे नाक घासत पुन्हा?" तिरिमिरीने अचला म्हणाली होती.

"तेव्हा तुझ्याशी पैज लावली नसती, तर बरं झालं असतं. का त्या वेळी मध्ये आडवी आलीस?" संतापाने विवेकने विचारलं आणि स्वत:शीच बोलावं तसं तो पुढे म्हणाला, "आधी तू आणि नंतर माझा ईगो! वाटलं होतं एक अनाथ मुलगी, तिला मान-अपमान तो काय असणार? घेईल समजून."

"पण नाही ना घेतलं समजून तिने? गेली अठरा वर्षं मी इथे तू म्हणशील ते सोसतेय, त्याला काहीच किंमत नाही का?"

"त्या वेळीही मी तुला हेच म्हटलं होतं, की मी नात्यात अडकणार नाही. तेव्हाच विचार करायचा होतास."

या वादाला अंत नव्हता आणि वादासाठी दुसरा विषय नव्हता. त्या वयात तो कुठल्याही नात्यात अडकणार नाही, याच गोष्टीचं तर अचलाला अप्रूप होतं; पण याचा अर्थ तो बायकोलाही आपलं म्हणणार नाही, हे तिला कुठे माहीत होतं?

आताशा तिच्या शरीराचा घेरही वाढत चालला होता. मातृत्वाला आसुसलेली उदरपोकळी आपला पसारा वाढवत होती. केसांत वयाच्या खुणा जाणवू लागल्या होत्या; तिच्या आणि विवेकच्याही! महिन्यातून कधीही वेळीअवेळी तिला रक्तस्राव होत होता. कंबर आणि ओटीपोटात वेदना जाणवत होत्या. दिसामाशी अचला अशक्त होत चालली होती. डोळ्यांभोवती काळी वर्तुळं दिसत होती.

"फायब्रॉईड्स." डॉक्टरांनी निदान केलं. ब्लड टेस्ट, एक्सरे घेतले, अल्ट्रासाउंड झालं. आणि शेवटी डॉक्टरांनी एंडोमेट्रियल बायोप्सी करायला सांगितली.

"मला नेमकं काय झालंय? बायोप्सी कशासाठी?" एकटीच डॉक्टरांकडे आलेली अचला डॉक्टरांना विचारत होती.

डॉक्टर तिला समजावत होते, "जनरली फायब्रॉईड्स बिनाईन असतात; पण तरीही मॅलिग्नन्सी असण्याची वन पर्सेंट पॉसिबिलिटी असू शकते. लेट्स कन्फर्म!

बेटर टू प्ले सेफ! तुमचा ब्लड रिपोर्टही फार बरा नाही, काउन्टही कमी आहे. बायोप्सीसाठी येताना सोबत कुणीतरी असू द्या. एकट्या येऊ नका.''

डॉक्टरांना 'हं' असं जरी तिने म्हटलं असलं, तरी आपल्याबरोबर येणार कोण, हा यक्षप्रश्न अचलासमोर उभा होता. आवश्यक औषधं आणि पेनकिलर्स घेऊन अचला घरी आली.

माणसाच्या शरीराप्रमाणे स्वभावालाही औषधं मिळत असती तर? तर कदाचित विवेकला... अचला विचार करत होती. आधीच अशक्तपणामुळे डोकं किणकिणत होतं, त्यात डॉक्टरांनी बायोप्सी करायला सांगितली आहे. बायोप्सी केल्यापासून रिपोर्टसाठी आठवडाही लागू शकतो, असं म्हणाले डॉक्टर. त्यांना कॅन्सरची शंका येतेय. तसं काही खरं निघालं तर? आपल्या मागे उभं राहायला आहे कोण? ज्या विवेकसाठी आपण सगळे नातेवाईक तोडले, तो अठरा वर्षांच्या सहवासानंतरसुद्धा आपल्यासाठी परकाच राहिलाय. असं म्हणतात की, माणसाला सहवासाने कुत्र्या-मांजरासारख्या पाळीव प्राण्यांचाही लळा लागतो; मग आपणच का असे कोरडे राहिलो? अजूनही तो सरितामध्येच अडकलाय, की त्याचा ईगो त्या दिवशी हर्ट झाला त्याचं शल्य तो मनात ठेवून आहे? त्या दोघांच्या मध्ये येण्याचं पातक तर खचितच आपल्या हातून घडलंय! तिच्याशी संसार थाटता आला असता, तर विवेक कदाचित...

अशक्तपणाने डोकं, अंग ठणकत होतं. कमरेच्या खालचा भागही ठणकत होता. रिकाम्या पोटी पेनकिलर घेऊ नये म्हणतात; पण काही खाण्याची इच्छाच होत नव्हती. सकाळपासून तसंही तिने काही खाल्लेलं नव्हतं. तरीही जेमतेम उठून बसत तिने वेदनाशामकं गिळलीच आणि तशीच पडून राहिली.

विचार करताकरता समोरच्या पडद्याकडे ती पाहत होती. त्यावर तिला आवडणारी ती वेलबुट्टी! तिनेच आवडीने शिवून आणलेले ते पडदे, त्यांनाही आता या घरात रुळून दहा-बारा वर्षं झाली असतील. महागातलं तलम कापड खास शोधून आणलं होतं तिने. अजूनही जरा धुतले, की ते नवे वाटतात. तसेही गेली अनेक वर्षं तेही आपल्यासारखेच कोरडे! त्यांना मळवायला येतंय कोण इथे? त्यांची आणि वाऱ्याबरोबर होणाऱ्या त्यांच्या हालचालींचीच तर तिला सोबत होती! पडद्यावरती सळसळणाऱ्या त्या वेलींवर तिचं मनापासून प्रेम होतं. त्याही तिच्यासारख्या समदुःखी, एकट्याच; वृक्षाच्या आधारासाठी आसुसलेल्या! पण आज त्यांची सळसळही तिला नकोशी वाटत होती.

एके काळी वृक्षांवर दिमाखात त्याला बिलगत दिसामाशी सरसर वर चढणाऱ्या वेलींचं तिला किती कौतुक होतं! ती त्यांना प्रेमाचं प्रतीक समजत होती. आपणही कधीतरी असेच... वेली पाहून ती मनातच लाजायची. या वेली लाडिकपणे एखाद्या

वृक्षाचा आधार घेत वर चढतात आणि ते वृक्षही त्या वेलींना अभिमानाने स्वत:च्या वक्षावर घेऊन मिरवत असतात; पण आज मात्र याच वेलींना पाहून ती विचार करत होती – वेलींमध्ये एखादं बांडगूळही असतं; स्वत:च्या अस्तित्वासाठी ते त्या वृक्षाचं शोषण करत असतं. वृक्षाला नको असलेलं, पण तरीही फेकून देता येत नाही म्हणून उरावर चिकटलेलं... आपल्यासारखं... असंच एक बांडगूळ आपल्या पोटातही वाढत असल्याची डॉक्टरांना शंका आहे. खरी असेल ती? किती वाढलंय ते बांडगूळ कुणास ठाऊक? त्याने हातपाय जास्तच पसरले असले तर... नाही, आपल्याला काही होणार नाही... जगायचं आपल्या स्वत:साठी! आजवर जे घडलं ते पुरेय की! झाल्या गोष्टीची शिक्षा मी भरपूर भोगलीय...

पण आता पुरे... जगलेवाचलेच तर... बरं वाटलं की, इथून बाहेर पडायचं. आपलं नवं आयुष्य सुरू करायचं! नव्या उमेदीने, नव्या उत्साहात! गेल्या दीड तपात आपण खूप अनुभव घेतले, त्या अनुभवांनी आपल्याला पूर्ण शहाणं केलंय. विशी-पंचविशीतला पोरकटपणा आता आपल्यात नाही. आता बांडगूळ होऊन राहायचं नाही. आजवर जे जगणं राहून गेलंय, ते जगायचं... स्वाभिमानाने जगायचं... मनासारखं जगायचं! थव्याने उडणाऱ्या पक्ष्यांसारखं... समूहात... तो पाहा तो पक्षी कसा खुणावतोय आपल्याला... वर बोलावतोय... आणखी वर... नको... नको, ताकद नाही या पंखांत. भोवळ येतेय... अंधारही दाटून आलाय डोळ्यांपुढे!

"अचला, अचला..." तिच्या गालांवर थापटत विवेक तिला जागं करत होता. घाबरून त्याने शेजारी पडलेले काही रिपोर्ट्स पाहिले, डॉक्टरांचं प्रिस्क्रिप्शन पाहिलं आणि डॉक्टरांना फोन केला. तिचं शरीर तापलेलं होतं.

हॉस्पिटलच्या रूममध्ये बसून विवेक एकटक तिच्याकडे पाहत होता. ती औषधाच्या गुंगीत होती. शेजारी वर लटकलेली सलाइनची बाटली ठरावीकपणे ठिबकत होती. मघाशी घरात तिचा चेहरा त्याला विदीर्ण वाटत होता. अशा अवस्थेत ती घरात किती वेळ पडून होती कुणास ठाऊक? पण आता ती जरा शांत झोपल्यासारखी जाणवत होती.

त्याला घरी परतायला तसा थोडा उशीरच झाला होता. तसा तो रोजच होत होता. 'घरी परतून तरी काय करायचं होतं? नुसतीच वादावादी! गेली अनेक वर्षं दुसरं केलं काय आपण?' तो विचार करत होता. 'सरितापासून हिने आपल्याला तोडलं. त्यात हिचा स्वार्थ होता. आपल्या श्रीमंतीचा, आपल्या व्यक्तिमत्त्वाचा मोह होता हिला! आपला स्वतंत्र संसार थाटण्याच्या विचारांनी ही भारावून गेली होती. झाल्या प्रकारात हिने आपला स्वार्थ शोधला आणि आपण आपला खोटा अहंकार जपला. दोघंही सारखेच दोषी! त्या दिवशी अहंकाराच्या भरात सरिताच्या वहिनी-

दादांशी आपण उन्मत्त वर्तन केलं. तरुण वय असंच असतं का बेफाम?

'त्या वयात आपली विचारशक्तीसुद्धा जरा कमीच काम देते की काय, कुणास ठाऊक? वाटलं होतं, एक अनाथ मुलगी; पालनपोषण करणाऱ्यांशी तिची अशी कितीशी जवळीक असणार होती? तिने म्हटलं असतं, तर त्या बदल्यात भरपूर रक्कम त्या आश्रमाला दानही केली असती. खात्री होती आपल्याला की, आपल्यासारख्याला नाही म्हणण्यासाठी भलेभले विचार करतील; तिथे त्या अनाथ मुलीची काय कथा? या अचलालाही दाखवता आला असता आपला रुबाब! ती जिवाचा कान करून दाराआडून ऐकतेय, हे फक्त आपल्याला माहीत होतं; पण सरिताने आणि त्या समीरने तशी संधीच दिली नाही. आपला अहंकार पायदळी तुडवत ती निघून गेली. त्या दाराच्या चौकटीत तिच्या जागी आपली हार झाल्याचं छद्मी विजयी हास्य घेऊन ही... ही अचला उभी होती. त्या क्षणीच अपमानाचं विष डोक्यात भिनलं होतं. जे घडलं त्याला सर्वस्वी हिलाच जबाबदार ठरवून आपण त्या गोष्टीचा पूर्ण बदला घेतला. तिच्याबरोबर आपलंही आयुष्य आपण उधळून टाकलं. ना तिला जगू दिलं, ना आपण धड जगलो.

'त्या दिवशी वास्तू 'तथास्तु' म्हणत होती का आपल्याला? आईच्या वागण्याची तिला जाणीव करून द्यायची होती. आजीशी ती जे वागली, त्याचा वचपा काढायचा होता आपल्याला. त्यासाठी आपण वेगळे राहणार होतो; पण या अचलाच्या वागण्याचा बदला घेता घेता आपण सगळ्यांपासूनच तुटलो. आज घरात अचलाची ही दशा पाहून घाबरून अजयदादा, अरुणदादा आणि वहिनींना फोन केला होता. तेही आले नाहीत. आई तर आता व्हीलचेअरशिवाय हलूच शकत नाहीय; पण तिने नोकरमाणूसही पाठवला नाही. प्रत्येकाचा बदला घेण्याची आपली सवय; मग इतरांनी आपला बदला घेत आपल्याशी तसंच का वागू नये?

'त्या घटनेनंतर महिन्याभरात आश्रमात वहिनींनी समीरचं आणि सरिताचं लग्न लावून दिलं. कितीतरी महिने बेचैनीत गेले आपले. सरिताचे शब्द डोक्यात घुमत होते. आजही स्पष्ट आठवतायत ते शब्द – 'माझं कुटुंब माझ्या पाठीशी भक्कम उभं आहे... झाल्या प्रसंगातून शिकलात फक्त एवढंच की, आपले विचार दुसऱ्यावर लादायचे. त्यासाठी भक्कम कुटुंबातली मुलगी पाहण्याचं धाडस नव्हतं तुमच्यात. म्हणून अनाथाश्रमातली गरीब गाय बरी वाटली तुम्हाला; पण तुम्ही चुकलात. ज्यांना जन्माने नाही, पण नशिबाने दादा-वहिनीसारखी देवमाणसं भेटली, त्या आमच्यासारख्यांना माणसामाणसांतल्या नात्याची खरी किंमत जास्त कळते.'

'तिचं म्हणणं किती खरं होतं! बोलताना तिचे डोळे पाण्याने डबडबलेले होते, घायाळ होते; पण त्यातही स्वाभिमान जाणवत होता. वाटत होतं; त्याच क्षणी तिला सांगावं, "मी चुकलो, क्षमा कर. मला तूच हवी आहेस." पण आपला ईगो मध्ये

आला. आपल्याला कळत असूनही आपण तिला जाऊ दिलं.

'झालेल्या अपमानाचा केवळ बदला घ्यायचा, तोही या अचलामुळे झाला म्हणून हिचा रागराग करायचा... ईगो सांभाळायचा... या आणि अशा खुळचट, अर्थशून्य गोष्टी उराशी कवटाळत आपण प्राक्तनात होतं ते सगळंच घालवलं. आता किमान ही अचला एक अजून उरली आहे; तिला तरी जपायला हवं.

'त्या दिवशी तो समीरही तावातावाने बोलताना म्हणाला, 'जिथे नात्यांची किंमत नाही, तिथे सरिता सुखी राहू शकत नाही.' काय खोटं बोलला तो? आपल्या घरात अचलाला तरी काय सुख दिलं आपण? आपल्याला नात्यांची किंमत तेव्हाही नव्हती आणि आजही नाहीये. स्वत:खेरीज दुसऱ्यासाठी आपण कधी जगलोच नाही. आज प्रथमच निपचित पडलेल्या या अचलाकडे पाहून मनात किंचित ओलावा निर्माण झालाय; पण त्या खरोखरीच काही मृदू भावना आहेत की भीती? कधीतरी अचलासारखे आपणही असेच निपचित पडू आणि आपल्यासाठी कोणीही... डॉक्टरांनी मघाशी युटरस कॅन्सरची शंका बोलून दाखवली. त्यासाठी बायोप्सी करावी लागेल, असं ते म्हणतात. ती केली की, आठवडाभराचा संभाव्य शारीरिक त्रास अपेक्षित आहे. रिपोर्ट्समध्ये मॅलिग्नन्सी जाणवली तर...'

अचला जागी झाली तेव्हा तिच्या शेजारी विवेक बसून होता. तिने डोळे उघडून त्याच्याकडे पाहिलं, सभोवती पाहिलं. ती हॉस्पिटलमध्ये असल्याची तिला जाणीव झाली.

"आता कसं वाटतंय?" विवेकच्या प्रेमळ प्रश्नाने तिच्या डोळ्यांत पाणी आलं. ती किंचित हसली आणि किमान अशा वेळी तरी तो आपल्या सोबत आहे, या समाधानात तिने डोळे मिटून घेतले... कुणी सांगावं, ते एक सुखस्वप्न असेल! त्यातून इतक्या लवकर तिला बाहेर पडायचं नव्हतं.

सोफ्यावरून उठत सरिताने कानोसा घेतला. शेजारच्या, माजगावकरांच्या दाराशी काहीतरी चाहूल होती. आजच नेमके दादा-वहिनी येतायत, हे एक प्रकारे बरंच झालं; पण ते अजून कसे आले नाहीत?

काहीच वेळात दुसऱ्या टॅक्सीचा आवाज आला. इतर वेळी सरिता दादा-वहिनीच्या स्वागताला तिथे धावली असती. एव्हाना एखाद्या अल्लड मुलीप्रमाणे बागडली असती; पण आज पावलं जड झाली होती. मलूलल्या चेहऱ्याने दार उघडं ठेवून ती आतच बसून राहिली होती.

"अरे, आज काय आमचं या घरात स्वागत होणार नाहीसं दिसतंय!" दादाने तिचा मूड सावरण्यासाठी विचारलं.

"..." खाली मान घालून तिने मान हलवली आणि धावत ती वहिनीच्या

गळ्यात पडली.

"माजगावकरांच्या घरात आला का गं तो?" वहिनीने एकंदरीत आढावा घेत नेमका प्रश्न केला. प्रश्नासरशी चमकून तिने वहिनीकडे पाहिलं.

"आम्हाला माहितेय," वहिनी म्हणाली. "आज तो इथे येणार हे माहितेय म्हणूनच आम्हीसुद्धा इकडे आलो आहोत." वहिनीने माहिती पुरवली. आणि वातावरण हलकं करण्यासाठी हसत ती म्हणाली, "दूर असलो तरी आमच्या लेकरांकडे आमचं लक्ष असतं. तुझ्या या अवस्थेची मी कल्पना केलीच होती. म्हणूनच तुझ्या दादाला निघण्याचा आग्रह केला."

"एकाच गाडीत होतो आम्ही; पण आमचा शेवटचा डबा. चालत मेन गेटवर येऊन टॅक्सी पकडायला वेळ लागला. तो फर्स्ट क्लासवाला माणूस! गेटसमोर येतो ना त्यांचा डबा, म्हणून तो आमच्या आधी पोहोचला!" दादा यायला उशीर झाल्याबद्दल समर्थन देत होता आणि अवाक् सरिताच्या तोंडून मात्र शब्द फुटत नव्हता. यांना कसं कळलं, हा इथे शेजारी राहायला येणार ते? आणि त्यामुळे केवळ आपल्याला होणारा मानसिक त्रास कमी करण्यासाठी ते इतक्या लांबून प्रवास करत इथे आले! सरिताच्या मनातला त्या दोघांविषयीचा आदर दुणावला. ते आले आणि आपण त्यांना अजून पाणीसुद्धा विचारलं नाही, याची तिला जाणीव झाली.

"मी... मी तुमच्यासाठी आधी चहा आणते. मग सावकाश जेवू आपण. स्वयंपाक तयार आहे."

दादाने आणि वहिनीनेसुद्धा मग तो विषय वाढवला नाही.

बंद दाराबाहेर मात्र बराच वेळ त्याची होणारी धावपळ त्याचे बुटांचे आवाज सांगत होते.

संध्याकाळी समीर आल्यानंतर चहापाणी आटपल्यावर वहिनीने मुलांना काही वेळ फिरून यायला बाहेर पाठवलं आणि विवेक-अचलाची ही सगळी हकिकत त्या दोघांना सांगून ती म्हणाली, "तर असं आहे एकंदरीत. अचलाच्या पुढच्या ट्रीटमेंटसाठी त्या दोघांना इथे यावं लागलंय."

"पण वहिनी, हे सगळं तुला कळलं कसं?" आश्चर्याने समीरने विचारलं.

"आईचं मन लेकरासाठी तुटतं रे! त्याने काहीही म्हटलं, तरी त्याची आई तितकीही वाईट नाही. सोशल वर्कची आवड आणि पैशांची सवडही होती; पण सासूचा दरारा भारी! नातवंडांच्या मनात त्या माउलीच्या अपरोक्ष काहीबाही भरवून तिच्या सासूने मुलांना आईपासून तोडलं. अति झालं तेव्हा तिने वेगळं बिऱ्हाड मांडलं. अर्थात त्यांनी जे सांगितलं, त्यात मी खरं-खोटं करायला गेले नाही; पण त्या माउलीच्या सांगण्यात सच्चेपणा जाणवला. हल्ली त्या व्हीलचेअरवर असतात.

सातत्याने पन्नास वर्षांहून अधिक काळ अव्याहतपणे चालू असलेल्या आपल्या आश्रमाची त्यांना आदर्श आश्रम म्हणून राज्य सरकारकडे शिफारस करायची आहे. त्या संदर्भात काही कागदपत्रं घेऊन आम्हाला दोघांना त्यांनी भेटायला बोलावलं होतं. आपण जपलेला कौटुंबिक जिव्हाळा त्यांनी त्या दिवशी प्रत्यक्ष अनुभवला होता, असं त्या म्हणत होत्या.

"आमच्या घरात वाढलेलं आमचं पोर मात्र आता अनाथासारखं राहतंय. आपल्या स्वभावाने त्याने सगळ्यांना तोडलं. ना स्वत: सुख उपभोगलं, ना माझ्या सुनेला सुखी केलं. आणि आता गरजेला त्याच्यासाठी कोणीही उभं नाहीये. मी ही अशी, जखडलेली! इच्छा असूनही काही करू शकत नाहीये; पण आईचं मन मुलाच्या अशा अडचणीत स्वस्थही बसू शकत नाहीये." असं बोलता बोलता त्या क्षणभर थांबल्या. आणि एकाएकी व्हीलचेअर सरकवत माझ्याकडे येऊन माझे दोन्ही हात हातात घेऊन काकुळतीने म्हणाल्या, 'पैशाने मी माणसांची फौज उभी करू शकतेय हो! पण परक्याचंही प्रेमाने करणारी तुमच्यासारखी माणसं मी कुठून आणू?' "

"अच्छा! म्हणजे आपण त्यांना मदत करावी यासाठी राज्य सरकारच्या पारितोषिकाचं गाजर दाखवलं म्हणायचं त्यांनी!" कडवटपणे समीर म्हणाला. "खरं तर आमच्या फिजिक्सच्या नियमात उत्तराला प्रत्युत्तर तितकंच जोरकस असतं म्हणतात; ॲक्शन ॲन्ड रिॲक्शन आर इक्वल ॲन्ड अपोझिट!"

इतकी वर्षं झाली, तरी समीरने तो राग अजून डोक्यात ठेवला होता? त्याच्याकडे अवाक् होऊन पाहत दादा म्हणाला, "सगळीकडे तुझ्या फिजिक्सचे नियम नाही लागू होत रे बाळा! शांत हो! हे बघ, तसं असतं तर मानसशास्त्र, तत्त्वज्ञान यांसारखे विषय अस्तित्वातच नसते. हो की नाही? इतकी वर्षं आपण जो मानवधर्म अंगीकारलेला आहे, तो राज्य सरकारच्या पारितोषिकासाठी का?"

"शिवाय असं पाहा," मीरावहिनीने दादाचं बोलणं पुढे चालू ठेवत म्हटलं, "तुमच्या दोघांचा काय किंवा आमचा काय; भूतकाळ आपल्याला माहीत नाही. त्याचमुळे कदाचित त्या संदर्भात आपल्या मनात काही पूर्वग्रह नाहीत, आकसही नाही. मोकळ्या मनाने आपण एकमेकांना स्वीकारलं, आपलं म्हटलं, अगदी एक होऊन राहिलो. अज्ञानात जे सुख असतं म्हणतात, ते आपण पूर्ण उपभोगलं."

"पण जे ज्ञात आहे, ते कसं विसरायचं, वहिनी?" समीरच्या सुरातली वेदना दादा-वहिनीला कळत होती.

"सोपं नाहीये ते, हे आम्ही दोघंही जाणतो." दादा समीरला समजावत म्हणाला. "आयुष्य आपल्यासाठी कधीच सोपं नव्हतं; पण तरीही आपल्या स्वभावाने सोपं आयुष्य अवघड करणाऱ्या विवेकसारखे आपण कधीच नव्हतो आणि तसे

होऊही शकत नाही. कोणतीही अवघड गोष्ट सोपी करण्याचं सामर्थ्य फक्त आपल्यासारख्यांच्यातच असू शकतं. तुमच्या दोघांचा एकमेकांवरचा विश्वास हे तुमचं सामर्थ्य आहे. त्या बळावर तुम्ही हीच काय, अशी अनेक आव्हानं पेलू शकता.''

काही वेळ थांबून वहिनी सरिताकडे पाहून म्हणाली, ''सरिता, माजगावकर विवेकच्या आईच्या बहिणीचा मुलगा आहे. त्याचा रिकामा फ्लॅट त्यांनी मुलासाठी मागितला. बसल्या जागेवरून त्या मुलासाठी तेवढंच करू शकत होत्या. अचलाची इथे ट्रीटमेंट होईपर्यंत ती दोघं इथेच तुमच्या शेजारी राहतील. विवेकच्या आईने पत्ता सांगताच मला तुझ्या संभाव्य मन:स्थितीची जाणीव झाली. म्हणूनच आम्हीही इथे आलो.''

''हे बघा समीर-सरिता,'' तिला मध्येच थांबवत दादा म्हणाला, ''एवढ्या मोठ्या शहरात त्यांनी नेमकं तुमच्याच शेजारी येऊन राहावं, यात काहीतरी ईश्वरी संकेत असावा.''

''यात कसला ईश्वरी संकेत, दादा?'' काहीशा नाराजीत सरिताने विचारलं. ''मला तर घराबाहेर पडायचीसुद्धा सोय राहिलेली नाही.''

''तू का घरात लपावं?'' सात्त्विक संतापात समीर म्हणाला. ''जे घडलं, त्यात तुझी चूक काहीच नव्हती. तू त्या वेळी जे वागलीस, ते योग्यच होतं. त्याचा मला आजही अभिमान आहे. चूक त्याची, नुकसानही त्याचंच! ही डिझर्व्ड इट! त्याला घाबरून तू लपून राहणं मला आवडणार नाही.''

''अरे, नाही नाही. लपून राहायची गरजच नाही.'' दादा समजुतीच्या आवाजात म्हणाला, ''आम्हाला दोघांनाही वाटलंच होतं की, तुम्ही या कारणाने मनाने विस्कळीत होणार.''

''मग आता आम्ही काय करावं, अशी तुमची इच्छा आहे?'' काही न समजून समीरने विचारलं.

''आपला धर्म निभावायचा!'' मीरावहिनी म्हणाली. ''आपला आश्रम नेहमीच अनाथांचा आधार झालेला आहे. विवेकची आई म्हणाली तसं, आज ती दोघंही अनाथ आहेत. त्यांच्या स्वभावामुळे का असेना, आज त्यांच्या अडचणीत त्यांच्यापाठी कुणी भक्कम उभं राहणारं नाहीये. कालिंदीकाकूंचे संस्कार आहेत आपल्यावर. त्यांच्याच 'ममताश्रमा'त आपण वाढलो. बाकी सगळं विसरून त्यांचा आधार व्हायचं. कोणत्याही अनाथाला कमी लेखायचं नाही, हा आयुष्यभराचा धडा विवेकला मिळालाय आणि फक्त स्वार्थी विचार केल्यानंतर काय घडू शकतं, हे अचलालाही समजलंय. आणि हे माहीत असून आपणही तसंच वागायचं का?''

''आणि मुख्य म्हणजे आज ते फार फार वाईट परिस्थितीतून जात आहेत,''

मीरावहिनीच्या म्हणण्याला दुजोरा देत दादा म्हणाला. ''देव करो आणि अचलाला पुढील आयुष्य लाभो; पण समजा, तसंच काही झालं, तरी तुम्हाला शेजारधर्म तरी निभावल्याचं समाधान राहील.''

दादा-वहिनी काय म्हणत होते, ते समीर-सरिताला पटत होतं; तरीही पचत नव्हतं. संभाव्य कल्पनेने सरिताचे डोळे भरून आले होते.

दुपारपासून परिचित असलेला बुटांचा आवाज बाहेरून ऐकू आला. पाठोपाठ दारावरची बेल वाजली. समीर दार उघडायला उठला; पण वहिनीने त्याला थोपवत सरिताला म्हटलं, ''ऊठ सरिता, हीच तुझी परीक्षा आहे. बाहेर बिकट परिस्थिती तुझी वाट पाहतेय, आमच्या समोरच धीराने सामोरी जा.''

सरिताने समीरकडे पाहिलं. त्याने तिला डोळ्यांनीच अनुमती दिली. ती जडावलेल्या मनाने जागची उठली, आपले डोळे पुसले आणि दरवाजाच्या दिशेने पडणाऱ्या प्रत्येक पावलागणिक मनात आत्मविश्वास गोळा करत तिने दार उघडलं...

❖

**वसंतदादा आता या** जगात नाही, हे विनूकाकांना अजूनही खरं वाटत नव्हतं. खरं तर त्यांना माहीत होतं, की जगात कोणीही अमरत्व घेऊन येत नाही. 'वसंतदादा चांगली नव्वद वर्षं जगला. आपलीही पंचाऐंशी झालीच की गुदस्ता! म्हणजे आता पुढचा नंबर आपलाच!'

वसंतदादाचं अस्तित्व आता नाही, हे सत्य पचवतापचवता गेले बारा दिवस सरता सरत नव्हते. गेली पंचाऐंशी वर्षं वसंतदादा हाकेला असण्याचीच सवय होती. आज त्याचं तेरावं! अरविंदच्या – वसंतदादाच्या थोरल्या मुलाच्या घराकडे मिलिंदच्या आलिशान कारमधून जाताजाता विनूकाका विचार करत होते. तेराव्याचं जेवायला अरविंदकडे सगळे नातलग जमले असतील. वसंतदादाने त्याच्या उमद्या वयात कितीतरी जणांवर उपकार केले होते, कित्येकांना त्याने पोटापाण्याला लावलं होतं, कित्येकांना व्यवसाय थाटून द्यायलासुद्धा मदत केली होती. नातलग काय आणि ओळखीचे काय, सतत घरात राबता असायचा दादाकडे! ते सगळे अजूनही स्मरत असतील त्याला!

वसंतदादाचा दराराच मोठा! साठी उलटलेल्या अरविंदवर अजूनही वचक ठेवून होता तो! त्याचा शब्द घरात खाली पडत नव्हता. शरयूचीही पन्नाशी उलटलीच की आता आणि या दोघांच्या मधले विनय आणि विकास; कोणीही वसंतदादाच्या शब्दाबाहेर नव्हते.

आपल्याला वसंतदादासारखं कधी वागताच आलं नाही. आपलेही मिलिंद आणि मधुकर तसे चांगलेच आहेत; पण कधी कधी ते आपला अवमान करतात की काय, असं वाटतं. त्यांच्या निर्णयात त्यांना आपलं मत नको असतं.

मिलिंद आय.टी.त मोठ्या हुद्द्यावर आहे. त्याच्या हाताखाली हजारो माणसं त्या कॉम्प्युटरमध्ये तोंड खुपसून दिवसरात्र काम करत असतात. आपण आपल्या उमेदीच्या काळात कधी न पाहिलेल्या परदेशवाऱ्या, तो अंगणातून ओसरीत जावं इतक्या सहज आणि एकसारख्या करत असतो. वर्षाकाठी सहकुटुंबही कुठे कुठे

# बेंच

फिरून येतो. आपली तब्येत धडधाकट होती, तेव्हा एकदोनदा आपल्यालाही त्याने परदेश दाखवून आणला; नाही असं नाही. तरीही हल्ली जरा आपल्याशी तिरसटल्यासारखा वागतो. एक-दोन वर्षांत रिटायर होईल; पण वडिलांचा मान कसा राखायचा, हे त्याला अजून कळत नाही.

अलीकडचीच गोष्ट. त्याची गीता झाली की आता पंचविशीची! तिच्या लग्नाचं बघायला नको? माझ्या मते ती घोडनवरी झालीय. म्हणे करिअर करतेय! कसलं डोंबलाचं! मॉडेलिंग करते म्हणे! रोज पेपरात आणि टीव्हीवर जाहिरातीत दिसत असते भवानी! शिव शिव! हे काय आपल्यासारख्या घरंदाज घरातल्या मुलीचं काम आहे? नटवी दिवसभर नटत असते. मुलीची जात; पण घरातलं एक काम धड येत नाही! उद्या तोंड काळं केलं की, समजेल! काही बोललं तर तिला आजोबा 'जुनाट, बुरसटलेल्या मतांचे' वाटतात.

परवा परवा कधीतरी मिलिंदला चार उपदेशाच्या गोष्टी सांगायला गेलो, तर त्याचं वागणंच विपरीत! माझ्यावरच कातावला. "मी आहे ना बघायला तिचं बरं-वाईट? मला काळजी आहे. आणि मुळात माझ्या संसाराचं मला बघू द्या की! प्रत्येक बाबतीत तुम्ही सल्ले द्यायलाच हवे का? कंपनीची एवढाली डिसिजन्स मी व्यवस्थित हॅन्डल करतोच की! आता तुम्ही या सगळ्यातून रिटायर व्हा. ज्यात-त्यात लक्ष घालू नका. तुम्हाला ते आता झेपायचंही नाही. आणि ज्यांना झेपत नाही, त्यांनी सगळ्या बाबतीत ढवळाढवळ करूही नये."

किती फाडफाड बोलला तो! नातीच्या काळजीपोटीच बोललो ना मी? नाही पटत घरंदाज घरातल्या मुलीची ही थेरं! सुभद्रेने केवळ आपल्या इच्छेसाठी म्हणून फक्त एकदाच एका खांद्यावरून रुळणारा पदर घेतला, तर आईने केवढा गहजब केला होता! जुन्या विचारांच्या आईला सुभद्रेची ती थेरं वाटली. आपल्याकडे असलेली नवी दृष्टी तिच्याकडे कुठून येणार? पण आपली टाप नव्हती तिच्यासमोर असं बोलण्याची! पण इथे रोज यांचं असं नैतिक अध:पतन आपण फक्त उघड्या डोळ्यांनी पाहत राहायचं!

वरून आणखी त्याने ऐकवलं, "बरं का बाबा, कंपनीत लो प्रोडक्टिव्हिटी असलेल्या एम्प्लॉइजना आम्ही बेंचवर ठेवतो. दाखवायला पे रोलवर असतात ते. गरज वाटली तर आणि त्यांच्या कॅपॅसिटीतलं, ते करू शकतील असं कामच त्यांना दिलं जातं. एखाद्या प्रोजेक्टमध्ये आम्ही त्यांची तेवढ्यापुरती मदत घेतो. इतर वेळी ते कंपनीसाठी... जाऊ द्या, राग मानू नका; अर्थात तुमच्याकडून आम्हाला काही अपेक्षाही नाही, तेव्हा आता तुम्ही फक्त आराम करा. तुमच्या रूममध्ये छान मऊ सोफा आहे, बेड आहे, मोठा टीव्ही आहे. एन्जॉय करा. खूप केलंत की आमच्यासाठी!"

काय म्हणायचं होतं मिलिंदला? आपली ही किंमत आहे घरात? मिलिंदच्या

बोलण्याला इराने, त्याच्या बायकोनेही 'नाहीतर काय' अशा अर्थाने फणकाऱ्यात मान हलवली होती. आणि गौतमने 'आजोबा, जमाना बदललाय आता. तुमची स्टोनएजची मतं प्लीज तुमच्यापर्यंत ठेवा. जगात ग्लॅमरला आज काय व्हॅल्यू आहे हे तुम्हाला नाही कळणार!' असं म्हणून आपल्याला गप्प केलं होतं.

त्या दिवसापासून आपली रूम, त्यातला मऊ मऊ सोफा, नेटका बेड आणि मोठा टीव्ही म्हणजे एखाद्या बड्या कंपनीचा बेंच आहे, असं विनूकाकांना वाटू लागलं होतं. आपण घरातले लो प्रोडक्टिव्ह कामगार! कंपनीचा ओव्हरहेड वाढवणारे! अशांच्या विचारांना कंपनीच्या प्रोजेक्टमध्ये स्थान नसतं. आवश्यकता वाटलीच तर सांगितलेलं काम करायचं, बस्स! इरा घरात नसताना आलेल्या पाहुण्यांना घरात घेऊन ती परत येईपर्यंत त्यांच्याशी गप्पा मारणं, दिवसातून एकदा देवपूजा करणं, संध्याकाळी देवापुढे दिवा लावणं आणि गौतमच्या दोन वर्षांच्या अंकुरशी गाडी-गाडी किंवा बॉल-बॉल खेळणं यापलीकडे तसंही विनूकाकांना काही काम नव्हतं. एक प्रकारे कंपनीवर... ओव्हरलोडच! पण उघड्या डोळ्यांनी प्राण जात नाही आणि जुन्या संस्कारांना नवी थेरं पचत नाहीत.

रोजच्या जेवणाच्या पानात साध्या वरण-भाताच्या ऐवजी रिसोटो, बेक्ड बीन्स, जिंजर ब्रेड, मूस, तिरामिसु, फलाफलसारखी विचित्र नावं नाचू लागली आहेत. आपण आक्षेप घेतला म्हणून आपल्यासाठी रोज वरण-भात होतो; पण एकट्यासाठी करावं लागतं. त्यांना हॉटेलात जेवायला जायचं तरी वरण-भाताचं बंधन येतं, याची नाराजी प्रत्येकाच्या चेहऱ्यावर जाणवते. एक कुकर चढवण्याचं कसलं आलंय ते काम?

विनूकाकांना सुभद्रेची पुन्हा प्रकर्षाने आठवण झाली. तिच्या हौशीमौजी राहूनच गेल्या. कुठे होत्या तिच्या वेळी गॅसच्या शेगड्या? कोळशाची शेगडी, नाहीतर स्टोव्ह; पण स्वयंपाक करण्याची कधी खळखळ नव्हती. घराबाहेर तयार जेवण त्या वेळी मिळतही नव्हतं; पण घरातच तिने निगुतीने आणि हौसेने सारं केलं. संसारात हळूहळू अगदी गॅसची शेगडीही मिळाली आणि सुगरण सुभद्रेच्या उत्साहाला जणू उधाण आलं. कुठूनसा ती डोसा शिकून आली आणि त्या दिवशी कौतुकाने रात्रीच्या जेवणासाठी डोशाचा घाट घातला. बच्चेकंपनी तर नुसती तुटून पडली होती त्या दिवशी डोशावर; पण अप्पांनी मात्र सारं घर डोक्यावर घेत दरडावलं, "ही नसती थेरं नकोयत. जेवणाच्या ताटात वरण-भात, पोळी-भाजीच शोभून दिसते."

सुभद्रा किती हिरमुसली होती; पण स्वत:चा उत्साह बाजूला सारून दुसऱ्या दिवशी तिने वरण-भाताचं जेवण वाढलंच की अप्पांना! कधी चार-सहा दिवस अप्पा वसंतदादाकडे गेले, की मात्र घरात सुगीचे दिवस असायचे. साचलेला सगळा उत्साह बाहेर पडायचा. आपणही खूश असायचो. 'अप्पा तिथेच कायमचे राहिले,

तर किती बरं!' असा स्वार्थी विचारही मनात यायचा; पण तसं कधी झालं नाही. आपला दरारा राखून ठेवणाऱ्या दोघांचं एकमेकांशी चार दिवसांपेक्षा जास्त जमत नव्हतं. शिवाय इथे घरावर हुकमत गाजवायला मिळत होती ना! त्यांचा शब्द खाली पडू दिला जात नव्हता. मिलिंदसारखं आपण कधीच बोलू शकत नव्हतो अप्पांच्या समोर!

अप्पांच्या सहस्रचंद्रदर्शनाचा समारंभ झाला आणि सोशीक सुभद्रेने पहिल्यांदाच नाराजीचा सूर काढला. "यांना इतकं आयुष्य लाभलं हा आपला दोष आहे का? आपलीही आता पन्नाशी उलटली. आपण आपल्या मनाप्रमाणे आयुष्य कधी जगायचं? घरात सुना आल्या, नातवंडं आली, तरी आपण आपले बिनतख्ताचे राजे! यांच्या आयुष्याचा निरोगी रथ सुसाट चाललाय. जगोत बापडे ते शतकोत्तर! पण तोवर जगलो-वाचलो, तर आपली संन्यासाश्रमाची वयं व्हायची!"

पण ती वेळ आलीच नाही. अप्पांच्या आणि आपल्याही डोळ्यांदेखत साठीतच ती भरल्या संसारातून निघून गेली... कायमची!

"विनूकाका, हात देऊ का उतरायला?" शरयू विचारत होती. तिच्या आधाराने खाली उतरत विनूकाकांनी दुसऱ्या हातातल्या काठीचा आधार घेतला.

"इथेच या, बाहेरच. ज्येष्ठांची बसायची सोय बागेत केली आहे. घरात गदारोळ आहे. दीडशे माणसं तरी जेवायला असतील. नमस्काराच्या वेळी आत नेते तुम्हाला. तोवर तुम्ही आरामात इथे सोफ्यावर बसा." असं म्हणत त्यांना बागेत तात्पुरत्या आणून ठेवलेल्या सोफ्यावर बसवत शरयू आत पळाली.

इरा-मिलिंद, गौतम-सीमा आणि गीता वगैरे मंडळी छोट्या अंकुरला बागेत इतर छोट्यांच्या बरोबर खेळायला सोडून, विनूकाकांना त्याच्याकडे लक्ष ठेवायला सांगून आत निघून गेली.

'एकंदरीत इथेही आपली बेंचवरची कामगिरी सुरू आहे!' विनूकाका खेदाने मनोमन हसले. मेन स्ट्रीममध्ये घेण्याचं आपलं आता वय नाही, हे कळत असूनही विनूकाका थोडे दुखावलेच. वसंतदादाचं तेरावं आहे आणि आपण असं नुसतं बसून राहायचं? काय फरक आहे त्याच्यात आणि आपल्यात? तेरा दिवसांपूर्वी तोही असाच बाल्कनीत आरामखुर्चीत बसून असायचा. आणि आज आपण इथे! कदाचित उद्या आपणही...

मनात आलेले विचार विनूकाकांनी दूर सारण्याचा प्रयत्न केला. 'आजन्म गीतेची पारायणं केली, भक्तिभावाने देव पुजले, कुणाचं कधी वाईट केलं नाही, ना कुणाचं वाईट चिंतलं. माता-पित्याची सेवा केली; तरीही आपल्यावर अशी वाळीत टाकल्यासारखी बाजूला राहण्याची वेळ का यावी? तिथे तेराव्याच्या विधीत दर्भाच्या

रूपात माझ्या सगळ्या पूर्वजांना पाचारण केलं गेलं असेल; पण मी मात्र त्यांचा वंशज, मी इथे बसून राहायचं!'' मनातल्या विचारांना मान नकारार्थी झुलत होती.

''विनूदादा, ओळखलंस का?'' अनाहूत प्रश्न आला. विनूकाकांनी वळून पाहिलं. परीटघडीतलं धोतर, वर पिवळसर, स्वच्छ धुतलेला झब्बा, डोक्यावर काळी टोपी. काळेभोर डोळे, गुबगुबीत हसरे गाल आणि त्यावर निबिड दाट पांढऱ्या भुवया. तरीही सौम्य हसरा चेहरा, बोलक्या डोळ्यांवर सोनेरी दागिना! अरे, हा तर विठ्ठल! वसंतदादाचा एके काळचा खास मर्जीतला माणूस! दादाने त्याला घडवलं, मोठं केलं. दादाच्या मदतीचं विठ्ठलनेही सोनं केलं. स्वतःची आर्थिक प्रगती साधतासाधता केवळ आवड म्हणून नाटकात कामं करणारा हा विठ्ठल! साधारण आपल्याच वयाचा! दोन-चार वर्षं लहान असेल फार तर! गेली पाच-सात वर्षं हा होता कुठे? आणि करत काय होता?

''विठ्ठल, तू?''

''विनूदादा, दादांच्या निधनाचं कळलं! राहवलं नाही.''

''होतास कुठे तू इतकी वर्षं?''

''दिल्लीला असतो हल्ली. मोठा जयदीप दिल्लीला सरकारी नोकरीत, सूनबाईही नोकरी करतात. नातू, नातसून आपापल्या व्यवसायात. मग काय दिवसभर पतवंडं आणि मी!''

''हं!'' विनूकाका उगाचच हुंकारले, म्हणजे विठ्ठलचीही बेंचवर रवानगी झालेली दिसतेय!

''तू कसा आहेस, विनूदादा?''

''कसा असणार या वयात?'' दीर्घ श्वास घेत विनूकाका उद्गारले. ''घरच्यांना भार! त्यांच्यावर म्हातारपणाचं ओझं टाकून काढतोय दिवस!'' मनातली खदखद त्यांनी समवयस्काकडे मोकळी केली.

त्यांच्या शब्दाशब्दांत डोकावणारं कडवट औदासीन्य विठ्ठलला खटकलंच. ''असं का बोलतोयस, विनूदादा?''

''काही चुकीचं बोललो का? आपली सद्दी संपली रे आता! तुझं तरी काय वेगळं आहे? या वयात दिल्लीत, आपल्या लोकांपासून दूर म्हणजे फरपटच म्हणायची तुझी! पण तुला कोणी विचारतोय का?''

''मी कुठे दूर आहे आपल्या लोकांपासून? उलट, चांगला भरल्या गोकुळात नांदतोय.''

''ते जाऊ दे. तुझ्या नाटकाच्या आवडीचं काय? दिल्लीत नाटकं पाहायला तरी मिळतात का?'' विठ्ठलकडून हवा तो प्रतिसाद न मिळाल्यामुळे विनूकाकांनी त्याच्या दुखऱ्या नसेवर बोट ठेवून पाहिलं.

“भले! चालू आहे की! नाटक बदललं इतकंच! अरे, शेवटी आपण जगतो म्हणजे काय? जीवनातला एक रोलच वठवत असतो. काय, खरं की नाही?” म्हणत विठ्ठलने विनूकाकांपुढे टाळीसाठी हात दिला. प्रतिसादाला त्याला हात जरी मिळाला नाही, तरी स्वत:च्याच बोलण्यावर खूश होत तो म्हणाला, “वयानुसार रोल बदलणारच! आता का मी स्वयंवराला उभ्या असलेल्या रामाची भूमिका करणार? आम्ही आता पितामह भीष्म! अरे वा! छानच जमलं की बोलायला.” विठ्ठल स्वत:वर बेहद्द खूश होऊन उत्साहात म्हणाला, “आता आपण पिकली पानं! नव्या पालवीला फुटायला जागा देत बाजूला व्हायचं!”

“इतकं सोपं असतं ते?” विनूकाकांनी विचारलं. विठ्ठलच्या उत्साहाचा विनूकाकांवर काहीच परिणाम नव्हता.

विनूकाकांकडे क्षणभर निरखून पाहत विठ्ठल म्हणाला, “ते मला माहीत नाही; पण हिरवेपण संपलं की, पानांनी पाचोळाच व्हायचं असतं! नाटकाच्या प्रवासात सोबतीला असलेल्या निसर्गाने हेच शिकवलं मला.”

“ते ठीक आहे रे; पण पाचोळा झाला तरी त्यालाही मन असतंच ना? आपल्या आवडींना, मतांना काही किंमत आहे की नाही?” विनूकाका आपला सूर धरून ठेवत म्हणाले.

“तुला माहिताय, विनूदादा, मी नाटकांसाठी अनेक गावं फिरलो, खूप एन्जॉय केलं. घरात जोपर्यंत बायको खंबीरपणे उभी होती, तोपर्यंत मी माझ्या आवडी मनापासून जगलो. आता खंत असेल तर एकच, की माझे छंद पुरवताना मी तिच्या सगळ्या आवडी संसाराच्या चार भिंतींत गाडल्या. त्या वयात ते जाणवलंच नाही रे! पण आता जाणवतंय की, माझ्या आनंदात तिने आनंद मनाला, अगदी तिच्या ऐन तरुण्यातही!... तिच्याकडूनच दुसऱ्याच्या आनंदात आनंद मानायला शिकलो. आता माझ्या या वयात मला जे शक्य आहे, ते मी इतरांसाठी करतो. त्यातही एक वेगळा आनंद असतो!” असं म्हणत विठ्ठल सोफ्याच्या पाठीला रेलला.

क्षणभर कोणीच काही बोललं नाही; फक्त विनूकाकांच्या तोंडून निघालेला एक दीर्घ उसासा विठ्ठलने ऐकला. ‘विनूदादाचं खचितच बिनसलंय. आता या वयात आपल्या आवडीचा आणि मतांचा हट्ट? खरं तर विनूदादाचं वय आता संन्यस्त होण्याचं! घरात चारचौघांत राहायला मिळतंय, यातच समाधानी असायला हवं!’

“माझं आपलं साधं, सोपं तत्त्वज्ञान आहे जीवनाचं! आपल्या माणसांसाठी जगा, म्हणजे आपली माणसं आपल्यासाठी जगतील.” विठ्ठलने विषय संपवत म्हटलं.

“माझ्यासारखा तू कुटुंबाच्या कंपनीत बेंचवर आलास की कळेल तुला, नकोसे असण्याचं दु:ख काय असतं ते.” आज विनूकाका हा विषय सोडायला तयार

नव्हते. बऱ्याच दिवसांनी एक समवयस्क मनातलं बोलायला भेटला होता.

"जग आता बदलत चाललंय म्हणे!" विनूकाका सात्त्विक संतापाने म्हणाले. "काय बदललं सांग? बदलली यांची मनं. यांना बापाचं बंधन होतं. आम्ही नाही केलं आमच्या वडिलांचं?"

काहीशा आठवणीने विठ्ठलचे डोळे अचानक चमकले, "ए विनूदादा, तुला आठवतं? अप्पा वसंतदादांकडे राहायला गेले की, मी खास सुभद्रावहिनींच्या हातचे नवनवीन पदार्थ खायला तुमच्याकडे हजर असायचो. काय चव होती त्यांच्या हाताला! अहाहा! तूही मला आवर्जून बोलावून घ्यायचास!"

"हो, पण वडिलांच्या आवडीला आमच्याकडे किंमत होती! त्यांच्यासाठी रोज साग्रसंगीत स्वयंपाक होत होता!" विनूकाकांनी पुन्हा विषयाचं गाडं मूळ पदावर आणलं.

"बरं मग? तुझ्या बाबतीत ते घडत नाही अशी तुझी तक्रार आहे का?" विठ्ठलने सरळ प्रश्न टाकला.

"अरे, एक कुकर लावायला खळखळ होते! जा म्हणावं तुम्ही हॉटेलात! माझी पोटापाण्याची सोय पाहण्याचं कर्तव्य नाहीये का त्यांचं?"

"कर्तव्य ओरबाडून घेता येत नाही ना, विनूदादा! हक्काने त्यांच्याकडून काही करवून घेताना आपलीही काही कर्तव्यं आपण विसरतो. म्हातारपणामुळे लोकांच्या सहानुभूतीचा रोख आपल्याकडे असतो आणि आपण त्या गोष्टीचा पुरेपूर फायदा करून घेतो." विठ्ठलने वास्तव विनूकाकांपुढे मांडलं.

"तुला म्हणायचंय काय?"

"स्वावलंबन! तू का कुकर लावून घेत नाहीस? मी तर म्हणेन एकदा फक्त मनापासून म्हणून तर बघ, 'हम हमारा देख लेंगे; जाओ, सब लोग एन्जॉय करो!' मग बघ, कदाचित तुझ्यावर ती वेळ येऊही देणार नाहीत घरातले लोक. उलट, आवडीने तुझी सोय बघूनच बाहेर पडतील. जिथे सक्ती होते, तिथे ती शिक्षा वाटायला लागते."

"आणि समजा, त्यांनी बरं म्हटलं तर? तर मी कसा लावणार कुकर? ते माझं काम नाही. आणि आता वय आहे का माझं घरातली कामं करायचं?"

"एक सांगतो, विनूदादा. आता कदाचित वय नसेलही तुझं ते; पण शेवटच्या श्वासापर्यंत आपलं काम आपणच करून घेण्याची तयारी हवी आपली. तरच आपण दुसऱ्याला भाररूप होत नाही."

"काहीतरीच तुझं! मुलांना कसला आलाय वडिलांचा भार? आता दादाचंच बघ! नव्वदी उलटली तरी केलंच की नाही अरविंद, विनय आणि विकासने!"

"तुझेही मिलिंद, मधुकर करतायत ना तुझं?"

“ते कसलं करणं? त्यांच्या लेखी मी म्हणजे खायला काळ आणि भुईला भार! लो प्रोडक्टिव्हिटी असलेला स्टाफ! अडीअडचणीला कामाला लावायचं; इतर वेळी शांत बाजूला बसवायचं!”

“खरं सांगू, विनूदादा? असं झालं की समजायचं, की आपली आता कंपनी बदलायची वेळ झालीय. आताच्या कंपनीतले सगळेच मोह सोडायचे आणि दुसरीकडे अर्ज करायला लागायचं!” आल्यापासून प्रथमच विठ्ठल गंभीर चेहऱ्याने काहीतरी बोलला, असं विनूकाकांना वाटलं.

“अरे, या वयात मी जाणार कुठे?” कळवळून विनूकाकांनी विचारलं.

“अरे गंमत केली रे!” विठ्ठल गडगडाटी हसला आणि आपण ज्या कारणासाठी इथे आलेलो आहोत त्याची जाणीव होताच पुन्हा गंभीर चेहरा करून म्हणाला, “सहज मनात विचार आला; तू म्हणतोस तसं पाहिलं तर मी दिल्लीला जाण्यापूर्वीच वसंतदादांना त्यांच्या रूमच्या गॅलरीत त्यांच्या आरामखुर्चीवर बसून राहिलेलं पाहिलंय. म्हणजे गेली अनेक वर्षं ते, तुझ्याच भाषेत म्हणायचं तर, बेंचवरच होते, तुझ्यासारखीच अवस्था त्यांचीही असेल काही दिवसांपूर्वीपर्यंत! दुसरीकडे अर्ज करून तेही बहुधा वाट पाहत असावेत उत्तराची, कंपनी बदलायची! आता एव्हाना नव्या जन्मासह ते नव्या कंपनीत रुजू झालेही असतील कदाचित!”

“म्हणजे तुला म्हणायचंय की, मी मरणाला सज्ज व्हायचं! असं कसं रे बोलू शकतोस तू?”

“तू कितीही नाकारलंस, तरीही आता आपल्या नाटकाचा क्लायमॅक्स सुरू असल्याचं तू नाकारू शकतोस का? तू काय, मी काय, कोणीही इथे अमरत्व घेऊन आलेलो नाही. हा क्लायमॅक्स आपल्या थिएटरमधले प्रेक्षक कंटाळेपर्यंत ताणू नये रे!”

“मी लाख म्हणेन नाटक संपवायचं म्हणून; पण ते माझ्या हातात का आहे?”

“पण भूमिका चांगली वठवणं तरी आहे ना तुझ्या हातात? हे नाटक असंच न संपता चालू राहावंसं वाटावं आणि नाटक संपल्याची चुटपुट लागावी, असा अभिनय हवा रे आपला!”

“तू काय बोलतोयस, तेच कळत नाहीये मला.”

“अरे हे बघ, विनूदादा, नाटक संपलं की पडदा हा पडणारच आणि पडदा पडला की, दुसऱ्या नाटकासाठी पडद्यामागचा सीनही बदलला जाणारच! हे अपेक्षितच आहे की नाही? केव्हा ना केव्हातरी आधीचं नाटक संपवून स्टेज रिकामं करावं लागतंच. आपलं नाटक संपताना ते पाहणाऱ्या प्रत्येकाच्या मुखावर काहीतरी अलौकिक पाहिल्याचं समाधान मिळवणं मात्र भूमिका साकारणाऱ्याच्या हातात असतं.”

"मग मी काय करायला हवंय?"

"स्वत:च्या विचारांमधून बाहेर येऊन नीट लक्ष देऊन पाहा. इकडे आलेली प्रत्येक व्यक्तीच काय, पण खुद्द वसंतदादांची मुलं – अरविंद, विनय, विकास, शरयू – प्रत्येक जण आज जरी गंभीर असल्याचं भासवत असला, तरी प्रत्येकाच्या मनात हीच भावना आहे की, वसंतदादाही सुटले आणि तेही! कंपनीतून बाहेर पडणाऱ्या कुणालाही सेंडऑफ देताना 'तुम्ही इथून चाललात याचा आम्हाला अत्यंत आनंद होत आहे' असं सांगताना कधी पाहिलंयस? अगदी तू म्हणतोस तशा, बेंचवरच्या माणसाच्या निरोपाच्या भाषणातसुद्धा लोक हेच बोलत असतात, 'असा कार्यक्षम माणूस आज आपली कंपनी सोडून जात आहे, हा या कंपनीचा मोठा लॉस आहे.' "

"बरं मग?"

"आता स्पष्टच सांगतो, विनूदादा. आपला तरुणपणीचा काळ लक्षात घेऊन त्या वेळी आपण त्या काळातल्या वयोवृद्ध लोकांविषयी काय विचार करत होतो; त्याच आपल्या भावना आजच्या आपल्या मुला-नातवंडांच्या आज आहेत, हे लक्षात घेऊन वागायचं. त्या वयोवृद्धांमुळे आपल्याला त्या वेळी जो त्रास झाला, तो पुढच्या पिढीला होऊ द्यायचा नाही. प्रवाहात वाहणाऱ्यांबरोबर आपण जाऊ शकत नसलो, तर दगड होऊन अडसर तरी ठरू नये. दगडाला कितीही वाटलं, की आपण पाणी अडवलंय, तरी प्रवाह त्याचा अडसर पार करून आपला मार्ग शोधतच असतो."

"तुझं म्हणणं बरोबर आहे; पण माझ्या पुढच्या पिढीला काय त्रास आहे? आम्हीच त्रास सहन केला; नंतर कधीतरी मनासारखं जगता येईल म्हणत सुभद्रा अप्पांच्या मर्जीप्रमाणे करत राहिली; करताकरता निघून गेली. ती गेली तरी अप्पांचं आपलं तेच चालू होतं. प्रत्येक गोष्ट त्यांना विचारून करायची! कधी कधी वाटतं, एवढं मोठं आयुष्य त्यांना मिळालं आणि आमचं जीवन जगणंच राहून गेलं."

विठ्ठल हसला. "भले! हेच तर म्हणत होतो मी. उद्या उठून हेच वाक्य मिलिंद-मधुकर बोलतील, असं वागू नकोस तू. त्यांचं जीवन त्यांना जगू दे."

"अरे, पण म्हणून त्यांनी कसंही वागावं? नाही बघवत! गीताने – मिलिंदच्या मुलीने – तर कहरच केलाय! म्हणे मॉडेलिंग करतेय! मुलीच्या जातीला शोभतं?"

विठ्ठल हसला.

"तुला हसायला काय जातंय?" विनूकाकांनी वैतागून विचारलं.

"हसू नको तर काय करू? डोळे फाडफाडून तू नाही दुसऱ्यांच्या पोरी, सिनेमा-मासिकाच्या जाहिरातीत पाहत? मुलींची जात, भारतीय नारी, स्त्रीचं शील, आपली संस्कृती यांसारख्या शब्दांचा आपल्या समाजात गाजावाजाच फार! या साऱ्यांना अवास्तव महत्त्व देऊन उडणाऱ्या, भरारी घेऊ पाहणाऱ्या अर्ध्याअधिक

पंखांची कत्तल आपण आधीच या अशा भारी भारी शब्दांच्या धारेने करत असतो. येत असतील त्यांना वाईट अनुभव कदाचित; पण अनुभवांनीच शिकू देत ना त्यांना! कुणी सांगावं? कदाचित टक्केटोणपे खात त्या अधिक कणखर होतील.''

''मुली आणि कणखर?'' कुत्सित हसत विनूकाका म्हणाले. ''माझं तर स्पष्ट मत आहे, की योग्य वेळी मुलींचं लग्न करून द्यावं आणि तोपर्यंत त्यांनी घरात आईच्या हाताखाली घरकाम शिकून घ्यावं.''

''भले! म्हणजे तुला वयाच्या पंचाऐंशीव्या वर्षीही बेंचवर ठेवल्याची खंत आहे आणि मुलगी जन्माला आल्याआल्या बेंचवर? हा मुलींवर अन्याय नाही का, विनूदादा?''

''बेंचवर कशा? सगळेच तर लाड होतात त्यांचे घरात!''

''मग तुला काय कमी पडतंय?'' विठ्ठलने प्रतिप्रश्न केला.

''माझ्याशी तुलना करू नकोस. माझं एकही मत विचारात घेतलं जात नाही घरात आता.'' विनूकाकांनी मनातली खरी बोच बाहेर काढली.

''तूही गीताचं मत विचारात घेत नाहीस. मग तिला आणि तिच्या मतांशी सहमत असणाऱ्यांना तुझ्याविषयी आदर का वाटावा? आपला सूर इतरांच्यात मिसळता येणं हीसुद्धा एक कला आहे. मला वाटतं, जगाप्रमाणे तू बदलायला हवंस स्वत:ला.''

आपलं म्हणणं पटायला स्वत:चं काही चुकत आहे, हे जाणवणं आवश्यक आहे. विनूदादाच्या या वयात आता त्याला ते कळणंही अवघडच आहे, तेव्हा त्याला समजावून फारसा उपयोग होईलसं वाटत नाही, हे जाणवून समारोप करत विठ्ठल तिथून उठला.

''तू कुठे निघालास?'' दादांनी त्याला टोकलंच.

''आतला अंदाज घेऊन येतो.''

संथ पावलांनी विठ्ठल बंगल्याच्या प्रवेशद्वाराच्या चार पायऱ्या चढू लागला. बागेत तात्पुरत्या मांडून ठेवलेल्या 'बेंच'वर विनूकाका मात्र आतून बोलावण्याची वाट पाहत एकटेच बसून राहिले.

❖

''**देवेन, अ बिग** शॉकिंग न्यूज टुडे!'' देवेन दारातून आत शिरण्याची जणू वाट पाहत असल्यासारखं देवकीने तो घरात प्रवेश करताच सांगायला सुरुवात केली; पण विमनस्क मन:स्थितीत घरी आलेल्या देवेनचा ते ऐकण्याचा मूड नव्हता. देवकीवर तो आधीच संतापला होता. दिवसभरात घडलेल्या प्रकारात त्याला चांगलाच मन:स्ताप झाला होता. आत्ताही वसुधाने समजावलं म्हणून तो घरी आला होता. घरी यायला त्याला तब्बल तीन-चार तास उशीर झाला होता. त्याविषयी देवकी काही विचारेल, असं वाटलं होतं; पण ती तिचा मूळ स्वभाव सोडायला तयार नव्हती. आज इतका खमंग विषय तिला मिळाला होता. शक्य तितक्या मैत्रिणींना फोनवर, व्हॉट्सॲपवर कळवण्यात तिचा किती वेळ गेला, ते तिचं तिलाच कळलं नव्हतं.

"यू नो, आज पिंकी पळून गेली. गॉड नोज, लग्न केलं कुणाशी की तशीच...'' देवेनच्या मूडची पर्वा न करता तिने त्याला सांगून टाकलं.

"शट अप देवकी, इनफ्! पंचवीस वर्षं इथे यू.एस.मध्ये राहून इथलं सगळं शिकलीस, म्हणजे तुला जे हवं तितकंच! पण ती 'पळून गेली' संस्कृती काही जात नाही तुझ्या डोक्यातून.'' देवेनच्या आवाजाने देवकी क्षणभर चपापली, पण क्षणभरच! ती आज तिचा मूड सोडायला तयार नव्हती.

"वसुधा रास्ते, द ग्रेट सायकिॲट्रिस्ट, या समग्र सिएटलमधल्या बिगेस्ट हेल्थ क्लिनिकची प्रथितयश डॉक्टर! करिअरिस्ट! स्टुपिड, घरातल्या दोन पोरांना सांभाळता आलं नाही आणि चालली मोठी लोकांची सायकॉलॉजी सुधारायला! आज तिची एकुलती एक लेक घरातून पळून गेलीय. वय वर्षं वीस. इजंट इट अ ग्रेट न्यूज?''

देवकीला आतून उकळ्या फुटत होत्या. वसूला असं काहीतरी फेस करायला लागावं, अशी तिची गेल्या कित्येक वर्षांपासूनची इच्छा होती. दोघीही शेजारणी, परक्या प्रांतात, त्यातून समवयस्क, मराठी भाषिक. त्यामुळे नाइलाजाने तिला

# अंजन

वसूशी जुळवून घ्यावं लागत होतं.

पण वसू जरा स्वतःला विशेषच समजते. डॉक्टर आहे म्हणून काय झालं? आमच्यासारख्या होममेकर्सना काय घरात कमी कामं असतात? आणि देवेनही बक्कळ कमवतो. सॉफ्टवेअरमधली यशस्वी पंचवीस वर्षांची कारकीर्द! वर्षाकाठी डॉलर्सचं मोठ्ठ पॅकेज हाती येतंय. शिवाय कन्सल्टन्सीच्या रूपात नेटच्या माध्यमातून भारतात एन.आर.ओ. खात्यात पैशाच्या राशी तयार होताहेत ते वेगळंच! मी आणखी कशाला धांवायला हवंय? हाव नाही मला वसूसारखी! म्हणे हिच्या लौकिकाला परदेशातूनही मागणी आहे! परदेश म्हणजे कॅनडातलं व्हॅन्कूवरच ना? हे इथेच! अंगण ओसरीच म्हणायला हवं; पण तोरा केवढा? घर सांभाळ म्हणावं! विकी आणि पिंकी, दोघा पोरांच्या दोन तऱ्हा! पेरेंटचं लक्ष नाही. पाहावं तेव्हा विकी आपला कॅनव्हास आणि कलर्स कारमध्ये टाकून कुठल्यातरी आडवळणाला जाऊन तासन् तास बसतो. त्याला माहिताय, आई-वडिलांनी घरात कुबेरालाच दास बनवून वेठीला धरलाय. हा बसतोय रंगांचे फर्राटे मारत. आणि पिंकीचं तर काही विचारायलाच नको. अजून शिक्षण नाही झालं पूर्ण आणि सोशल वर्कच्या नावाने ढणकत असते गावभर. लक्षणं ठीक नव्हतीच तिची. वाटतच होतं, ही एक दिवस पळून जाणार!

देवकी झाल्या प्रकाराच्या असुरी समाधानात होती. त्याच आनंदात तिने डिनरची तयारी केली होती. देवेनने तिच्या खुललेल्या चेहऱ्याकडे पाहिलं. स्वतःचा अनावर होणारा राग त्याने केवळ वसुधाला शब्द दिल्यामुळे आणि विरेनच्या भल्यासाठी कसाबसा आवरता घेतला होता.

"विरेन आणि सुरेन कुठे आहेत?" स्वतःचा राग लपवत त्याने विचारलं.

"विरेनचं आज फ्रेंड्सबरोबर नाइटआउट आहे, तो सकाळपासूनच घराबाहेर पडलाय आणि सुरेन नाइट शोला गेलाय."

"सांगून गेलेयत दोघं?" शक्य तेवढा आवाजावर काबू ठेवत देवेनने विचारलं.

"अं हो, म्हणजे सुरेन तर आत्ताच दोन तासांपूर्वी गेला आणि विरेन..."

"विरेन काय?" देवेनच्या आवाजात जरब होती.

"तो सकाळी बाहेर पडला आणि..."

"आणि...?" प्रश्नार्थक चेहऱ्याने देवेन तिच्याकडे पाहत होता.

"तो कुठल्याशा मित्राकडे गेला. तिथेच त्यांचं नाइटआउट ठरलं. तिथून घरी फोन लागत नव्हता म्हणून जवळच असलेल्या वसूच्या हॉस्पिटलमध्ये जाऊन त्याने तिला मला कळवायला सांगितलं. तिचाच फोन होता, की तो उद्या येईल."

"तिचा फोन तुला लागला, त्याचा लागला नाही; हे तुला खरं वाटतंय?" देवेनचा राग अनावर होत होता.

"शीः! माझा चांगला मूड घालवलास. मी काय सांगत होते, ते राहिलं

बाजूला. तू माझ्याच मुलांची उलटतपासणी घेतोयस?'' ती फणकारली. ''ती माझी मुलं आहेत, अशीतशी वागणार नाहीत. समजलं?''

''ती तुझी मुलं आहेत हाच चिंतेचा विषय आहे, देवकी!'' दुखावलेल्या स्वरात देवेन म्हणाला. ''आज...'' वसुधाचे शब्द आठवून देवेन अचानक गप्प झाला.

''आज काय? बोल ना! आज माझी मुलं नाही पळाली; वसूची पिंकी...''

''देवकी...'' अतीव संतापाने देवेन ओरडला आणि दुसऱ्या क्षणी डोकं धरून तो खुर्चीवर धपकन बसला. आज वसूला आपण शब्द दिलाय, की घडला प्रकार देवकीला सांगणार नाही. किती शांतपणे तिने परिस्थिती हाताळली! विरेनचं भविष्य आज आपण तिच्यावर सोपवून आलोय. केवळ ती होती म्हणूनच घडल्या प्रसंगातून विरेन वाचला आहे. तिची आणि पिंकीचीही तेवढीच मदत झाली. वसूने तिला फोन करताच पोर हातातलं काम सोडून धावली. तिच्याबरोबर विभास होता, गोड आहे मुलगा. मदतीला तत्परही तितकाच! वसूपासून काहीही लपून नाही. हो, तो तिचा बॉयफ्रेंड आहे आणि वसूलाही ते मान्य आहे. मान्य नसण्यासारखं त्यात काही नाहीच मुळी. शिकला-सवरलेला, भारतीय, त्यातूनही मराठी! इथे राहायचं म्हटल्यानंतर मुलं कुणाला निवडतील, याची काय खात्री देणार? पण आज विभासशी ओळख झाली आणि पिंकीचं भवितव्य सुखी असल्यासारखं वाटलं. वसूचे संस्कारच तसे असणार! ती खरंच मानसशास्त्र जगली. त्याने देवकीकडे पहिलं. त्याचा मूड गेलाय हे माहीत असूनही तिच्यात काहीही फरक पडला नव्हता. मोबाइलमध्ये डोकं खुपसून ती स्वत:च्याच धुंदीत आलेल्या मेसेजेसना उत्तरं देण्यात गुंग होती.

देवेनला तिथे बसणं अशक्य झालं. अन्नावरची वासना उडालीच होती. आज विरेनचा हा पहिलावहिला गुन्हा होता का? की आज पोलिसांनी रंगेहाथ पकडलं म्हणून कळलं? घरात काहीही कमी नसताना त्याला मॉलमध्ये जाऊन चोरी करावीशी का वाटली? का? काय कमी पडलं त्याला? आज विरेन कसाबसा वाचला होता आणि आपली अब्रूही! घडल्या प्रकाराने तो चांगलाच हबकला होता. वसुधा म्हणाली, ''पोराकडे बघवत नव्हतं. भावनाशून्य, अविचल, सुन्न होऊन तो बसला होता. ओठ पांढरेफटक पडले होते.'' त्याचा मेंटल ट्रॉमा ऐकूनच मनात कालवाकालव होत होती. अजून तो औषधाच्या गुंगीतच होता; पण वसूचं म्हणणं होतं, की तो मेंटल ट्रॉमात आहे, हे लक्षण चांगलं आहे. किमान तो गुन्हेगारीत सरावलेला नाही, याची खात्री आपण बाळगू शकतो. तो वेळीच सुधारू शकतो.

वसूने पोलिसांत शब्द टाकला. आपणही हमी दिली. चोरीचा माल आधीच जप्त केला गेला होता. पहिलीच वेळ म्हणून पोलिसांनी सोडून दिलं.

कधी स्वप्नातही ज्या गोष्टीचा विचार केलेला नसतो, ते क्षणार्धात सामोरं येतं आणि तेवढा एक अनुभव माणसाला अचानक प्रौढत्व बहाल करून जातो. देवेनच्या

बाबतीत आज नेमकं तेच झालं.

सॉफ्टवेअरमध्ये खोऱ्याने कमवणारा आणि प्रथितयश कंपनीत उच्च पदावर असलेला देवेन, त्याच्या असिस्टन्ट्सबरोबर मीटिंगमध्ये असताना भर मीटिंगमध्ये दुपारी त्याला वसुधाचा फोन आला. मोबाइलवर वसुधाचं नाव पाहून त्याला जरा आश्चर्यच वाटलं. सहसा तिचा फोन त्याला येत नाही. ऑफिसच्या वेळात तर नाहीच नाही! तिच्या फोनने तो चलबिचल झाला. काय झालं असेल? काहीशा साशंक मन:स्थितीत त्याने तो फोन घेतला आणि क्षणार्धात त्याचा चेहरा काळवंडला. चेहऱ्यावरचे हावभाव पाहून बाकीच्यांनी मीटिंग आवरती घेतली आणि देवेनने हॉस्पिटलकडे धाव घेतली.

"हे बघ, देवेन, आधी शांतपणे मी काय म्हणतेय ते ऐकून घे. या क्षणी विरेनला तुझ्या सपोर्टची गरज आहे. जे घडलं ते तसं घडेल, हे त्याने गृहीत धरलंच नव्हतं. प्रॉबेबली तसं घडल्यावरच त्यातला सीरियसनेस त्याला स्ट्राइक झालाय. एक बरं झालं, की तो मेंटल ट्रॉमात गेल्यामुळे त्यावर इतर काही कारवाई होण्याआधी त्याला या हॉस्पिटलमध्ये, माझ्याकडे आणलं गेलं. घरी कळवलं असतं, तर देवकी कशी रिॲक्ट झाली असती माहीत नाही, म्हणून तुला फोन केला. झाल्या प्रकारातून त्याला सावरायला थोडा वेळ नक्कीच लागणार आहे. त्याला कॉम्प्लेक्स येण्याची शक्यता आहे; पण होईल सगळं व्यवस्थित. मी आहेच! मुलाला वेळीच सावरायचं असेल, तर तू त्याचा मित्र हो. उद्या सकाळपर्यंत औषधं आणि इंजेक्शनचा इफेक्ट कमी होईल. त्यानंतर एकंदरीत त्याची कंडिशन पाहूनच घरी सोडायचं की नाही, ते ठरवता येईल. पिंकी आज तशीही इथे येणार होतीच; तिला थोडा वेळ तुझ्याबरोबर थांबायला सांगितलंय, येईलच ती इतक्यात; पण मला जायला हवं. इतर पेशंट्स थांबलेयत. आय हॅव टू रश! माझे अवर्स संपले, की घरी जाताना येईन मी परत."

वसुधा बोलत होती आणि देवेन ऐकत होता. वसुधा निघून गेली, तरी कितीतरी वेळ एकटक विषण्णपणे तो औषधाच्या गुंगीत झोपलेल्या विरेनकडे पाहत होता. त्याचा निष्पाप चेहरा पाहून देवेनला गलबलून आलं. डोळ्यांत पाणी दाटून आलं. का वागला तो असं?

झाला प्रकार मन:स्ताप देणारा होता. परदेशात येऊन यशस्वी कारकीर्द घडवणाऱ्या त्याला अशा परिस्थितीला सामोरं जावं लागेल, असं काही वेळापूर्वी त्याला स्वत:लासुद्धा खरं वाटलं नसतं; पण ते तो आता प्रत्यक्ष जगत होता. विरेनने चोरी करावी? का? कशासाठी? त्याला आजवर आपण कधीच काही कमी पडू दिलं नाही. कदाचित नको इतकं दिलं. त्यालाच नाही तर घरातल्या प्रत्येकालाच!

आपण एक पैसे कमावणारं मशीन झालो. मुलांनी आयुष्यभर काहीही केलं नाही तरी चालेल, इतकं कमवत राहिलो. त्यांचं भविष्य सुखी करण्याचा आपण जणू विडाच उचलला होता. आपलीही ती एक नशा होती का? चुकलंच आपलं. आयतं मिळत गेलं सगळ्यांना. काल सुरेनला सोळा पूर्ण झाली. त्याच्यासाठी बर्थ डे गिफ्ट म्हणून कार बुक केली. किती खूश झाला होता! म्हणत होता, 'यू आर ग्रेट डॅड, वुई ऑल लीड अ व्हेरी कम्फर्टेबल लाइफ अँड ऑल क्रेडिट गोज टू यू.'

आपला ईगो पोसला गेला होता. स्वतःचाच अभिमान वाटला होता. इतक्या वर्षांच्या श्रमांचं सार्थक झाल्यासारखं वाटलं. आपल्या जिवावर देवकीच्या किटी पार्ट्या, नवे डिझायनर कपडे, ज्वेलरी, वर्षाला सहकुटुंब एखाद-दुसरी फॉरेन ट्रिप, विरेनसाठी गेल्याच वर्षी घेतलेली स्पोर्ट्स कार, प्रत्येकाला वेगळा आय फोन आणि आय पॅड! क्रेडिट कार्ड्स! आफ्टर ऑल धिस इज माय फॅमिली! तेच तर आपल्या जीवनाचं ध्येय होतं! पण आज... या सगळ्याच्या पलीकडे जाऊन विरेनला चोरी का करावीशी वाटली असेल?

वसुधा म्हणत होती, "हे मुलांचं वयच असं असतं. पिअर प्रेशर, ग्रुप मेंटॅलिटी, फोर्सिंग कंडिशन्स टू सर्व्हाइव्ह इन ग्रुप, सिबलिंग रायव्हलरी अशी अनेक कारणं असू शकतात यामागे. हल्ली मुलांना आणखी एक रोग जडलाय, 'मुबलकते'चा! नको इतकं मिळतंय रे या मुलांना! त्यांच्यासाठी करायला काही बाकीच नाही. स्वप्नं तरी कसली रंगवणार? आणि डोळ्यांसमोर ध्येयं तरी काय ठेवणार?"

विरेनसाठी काहीतरी ठरवायला हवं आहे. 'मुबलकते'च्या रोगाची सगळी लक्षणं आपल्या घरात जिवंत आहेत. त्यांना खत-पाणी घालायला देवकीही सतत जागरूक असते. तिचा आतताई, गर्विष्ठ स्वभाव! पोराला या विळख्यातून सोडवायला हवं. त्यापाठोपाठ सुरेनलाही! काहीतरी करायला हवं! आजवर आपल्याला हे जाणवलं कसं नाही? विरेनची आजची ही लांछनास्पद कृती आपल्यासाठी किती लाजिरवाणी आहे!

देवेनसाठी आज जे काही घडलं, ते धक्कादायक होतं. मुलाच्या भविष्याची प्रचंड चिंता त्याला विदीर्ण करत होती. उद्या औषधाच्या गुंगीतून बाहेर आला की, घडलेलं सारं आठवून त्यावर तो नेमका कसा वागेल, याचा त्याला अंदाज करता येत नव्हता. कदाचित अपराधी भावना, शरम, नैराश्य! या साऱ्यातून जीवनाला सामोरं जायची त्याच्या मनाची क्षमता असेल की...

'मन चिंती ते वैरी न चिंती' म्हणतात, तसं देवेनच्या मनात विरेनच्या आत्महत्या, पलायनापासून अट्टल गुन्हेगार रूपापर्यंत सारं काही फेर धरून वाकडंतिकडं नाचत होतं. आपल्याच बाबतीत असं का घडलं? मुलांवर संस्कार करायला आपण

कमी पडलो. आपला पुरुषार्थ पोसत आपणच देवकीलाही लाडावून ठेवलं. आपण असताना आपल्या मुलाबाळांनी, बायकोने चिंता कसली करायची? आपण सर्वार्थाने समर्थ आहोत हे सिद्ध करताना, घरातले तीन जीव जगायलाच असमर्थ करत होतो का आपण? त्यांनी जिद्दीने काही करावं, अशी गरजच त्यांना कधी भासू दिली नाही आणि त्याऐवजी ते काय करतायत, हेही कधी पाहिलं नाही. आज हे जे काही घडलंय, ते आपल्यासाठी झणझणीत अंजन आहे. आजवर चुकलंच आपलं.

"हॅलो अंकल!" पिंकी हॉस्पिटलच्या रूममध्ये प्रवेश करत होती. तिच्या पाठोपाठ विभासही होता. दोघांच्या हातात एक एक ट्रॅव्हलर सुटकेस होती. सुटकेसेस काळजीपूर्वक रूमच्या एका कोपऱ्यात ठेवत ती म्हणाली, "होप, यू आर ओके! आम्ही काही वेळ तुमच्याबरोबर आहोत. एकटं वाटून घेऊ नका, प्लीज!" देवेनच्या डोळ्यांच्या कडा ओल्या होत्या.

"हं! बेटा, तुला उगाचच त्रास झाला! आत्ता घरातून निघताना देवकीला..."

"ओ नो, नो. डोन्ट वरी, आंटी गार्डनमध्ये होती. बॅग घेऊन कुठे निघालीस असं विचारत होती; पण 'नंतर सांगते' असं शॉर्टमध्ये सांगून मी तिथून निघाले. शी डजन्ट नो एनी थिंग." देवेनला पुढे बोलू न देता ती म्हणाली.

"अंकल, धिस इज विभास, माय बॉयफ्रेंड. ॲन्ड विभास, गोडबोले अंकल, अवर नेबर!" तिने दोघांची जुजबी ओळख करून दिली.

"हॅलो!" विभास म्हणाला. पिंकीकडे पाहून, "आय विल गेट अ क्विक कॉफी फॉर अंकल," म्हणत तो रूमच्या बाहेरही पडला.

देवेनच्या डोळ्यांच्या कडा नकळत वाहू लागल्या. त्याच्याकडे प्रेमाने पाहत त्याच्या हातावर आपला हात ठेवत ती म्हणाली, "डोन्ट वरी अंकल, एव्हरीथिंग विल बी फाइन. मॉम आहेच. शी विल डू ऑल हर बेस्ट!"

बोलण्यात किती मार्दव, आपलेपणा! अगदी शेजारी राहतेय ही गेली अनेक वर्षं; पण हे गुण आपण आधी कधी पहिलेच नाहीत हिच्यात. ती नजरच आपल्याकडे नव्हती. आपल्या मुलांइतकं चांगलं, हुशार, स्मार्ट आपल्याला कोणी दिसलंच नाही कधी! वसुधा आणि विवेक दोघंही नोकरी करणारे. मुलांकडे देवकीइतकं ते काय लक्ष देणार? मनात कुठेतरी गर्व होता, आपलीच मुलं श्रेष्ठ असल्याची खात्री होती. चुकून कधी पिंकी-विकीची काही विशेष प्रगती कानावर आली, तर मनात असूया वाटायची. सर्व बाबतीत आपलीच मुलं श्रेष्ठ असणार, असा फाजील विश्वास होता, श्रेष्ठत्वाचा अहंगंड होता. विकी-पिंकीची सरशी म्हणजे जजमेंट बायस! बिचारी आपली मुलं! त्यांच्यावर अशा वेळी अन्यायच झालेला असायचा, याची मनोमन खात्री होती. देवकी तर आपल्याला तसं चक्क बोलूनही दाखवायची.

"सायकिॲट्रिस्ट आहे ना त्यांची मॉम! गोडगोड बोलून गुंडाळत असेल

टीचर्सना! पण रिअल टॅलेन्ट योग्य वेळी कळेलच! मोराच्या पिल्लांच्या पिसाऱ्यात योग्यवेळी रंग भरणारच आणि ते लपून राहणार नाहीत! कळेलच!''

देवेनने गाढ झोपलेल्या विरेनकडे पाहिलं. 'मोराच्या पिल्लाने रंग उधळायला सुरुवात केलीय, देवकी!' तो मनोमन विषण्ण हसत म्हणाला.

त्याचे डोळे पुन्हापुन्हा भरून येत होते. आयुष्यभर केलेली धडपड वाया गेली, आपण हरलो, जीवनात पराजित ठरलो! एक प्रकारच्या विचित्र नैराश्याने त्याचा चेहरा काळवंडला होता.

''इट हॅपन्स, अंकल!'' कॉफीचा कप हातात घेऊन रूममध्ये प्रवेशणारा विभास देवेनच्या हातात कॉफी देत त्याला चिअरअप करण्यासाठी म्हणत होता. ''होते मिस्टेक कधी कधी. नो बडी इज परफेक्ट इन धिस वर्ल्ड. विरेनच्या हातूनही चूक घडली; पण स्लिप होणाऱ्याला हात देऊन वर घ्यायचं असतं. यू शुडन्ट फील गिल्टी. तुम्ही लकी आहात, की कॉप्स विरेनला या हॉस्पिटलमध्ये घेऊन आले. आंटी, आय मीन, पिंकीची आई इथे आहेच. नो वरीज. सून ही विल बी ऑलराइट.''

ती दोघं आली, मोकळेपणे वागली. विरेनच्याच वयाची पिंकी आणि त्याच आसपासचा हा विभास असेल; पण इतकी मॅच्युरिटी विरेनमध्ये आपण कधीच पाहिली नाही. आणि कधी तशी गरजही भासली नाही. आज प्रथमच देवेनला उघड्या डोळ्यांनी स्वतःच्या चौकटदार जगाच्या बाहेरचं जगही चांगलं असू शकतं, याचा साक्षात्कार होत होता. त्याला स्वतःचं खुजेपण जाणवत होतं.

''अंकल, वुई हॅव टू लीव्ह नाऊ.'' काही वेळाने आपापल्या ट्रॅव्हलर्स सांभाळत दोघं उठले. पिंकी म्हणत होती, ''अंकल, तो समोरचा वॉर्ड आर्टिफिशिअल लिंब सेंटर आहे. ॲक्सिडेन्टली पेशंट्सना सडन डिसॅबिलिटीशी फेस करावं लागतं. डिसॅबिलिटी प्लस मेंटल शॉक, दे थिंक देअर लाइफ एन्डेड देअर; पण ॲक्च्युअली दॅट्स द बिगिनिंग ऑफ देअर न्यू लाइफ. त्या पेशंट्सना एन्करेज करण्यासाठी तिथे टेन डेज रेसिडेन्ट कौन्सेलिंग ट्रेनिंग आहे. आज इंट्रोडक्शन सेशन आहे. सेशन झालं, की रिमेनिंग डेज आम्ही पेशंट्सबरोबर राहणार!''

पिंकी आणि विभास दिसेनासे होईपर्यंत देवेन त्यांच्याकडे पाहत राहिला. शारीरिक अपंगत्वावर मात करण्यासाठी रुग्णांना उभारी द्यायला निघालेले ते दोघंही तरुण आज देवेनच्या दृष्टीला महान वाटत होते. स्वतःहून वाममार्गाला वळलेल्या आपल्या मुलात असलेलं मानसिक अपंगत्व आपण कधी जाणूनच घेतलं नाही.

उद्या देवकीला हे कळल्यावर तिची प्रतिक्रिया काय असेल? आज दिवसभर ट्रॅव्हलर बॅग घेऊन एका मुलाबरोबर घरून निघालेली पिंकी नक्की पळूनच गेली असणार, अशी पोरकट समजूत असणारी देवकी! परक्याच्या मुलांची किती सहज बदनामी करतो आपण? आज जे घडलं ते घडलं नसतं, तर कदाचित देवकी

पिंकीविषयी जे सांगत होती ते आपणही एन्जॉय केलं असतं; खऱ्याखोट्याची खात्री करून न घेताच! एखाद्यावर विनाकारण अशी चिखलफेक करण्याचा आपल्याला काय अधिकार? कसलं असुरी समाधान असतं त्यात? त्यांच्या यशाच्या डोंगरापुढे आपल्या यशाचा पर्वत उभा करण्याची आपल्यात ताकद नसते म्हणून... म्हणून आपल्यासारख्या भुईसपाट असलेल्यांनी त्या डोंगरालाच विद्रूप करण्याचा घाट घालावा? देवकीमुळे, कोण जाणे आज या सिएटलमधल्या किती घरांत पिंकी पळून गेल्याची अफवा वाऱ्यासारखी पसरली असेल! इथेच कशाला, एव्हाना भारतापर्यंत त्याचे पडसाद उमटले असणार!

उद्या जेव्हा देवकीला विरेनविषयी सत्य कळेल; तेव्हा ती स्वत:ला माफ करू शकेल? लोकांपुढे, विशेषत: वसुधासमोर उजळ माथ्याने जाऊ शकेल? वसूने आपल्या मुलाला त्याने स्वत: केलेल्या गुन्ह्याच्या बदनामीतून नुसतं वाचवलंच नाही, तर त्याने पुन्हा सामान्य जीवन जगावं यासाठी ती प्रयत्नशील आहे. म्हणूनच आज तरी घडला प्रकार देवकीला कळू नये, हा तिचा प्रयत्न होता. ती कशी रिॲक्ट होईल, याचा अंदाज नव्हता. विरेनला आधी सावरायला हवं. देवकीने रागाच्या भरात विरेनच्या वर्मी घाव घातला, तर पोर जीवनातून उठेल. त्याच्याशी काही दिवस तरी तसं वागून चालणार नाही. देवकीला ती तसं आधी समजावून सांगणार आहे.

विचारांची आवर्तनं चालू असतानाच कधीतरी उशिरा रात्री देवेनला झोप लागली. सकाळी त्याला जाग आली, तेव्हा देवकी त्याला गदगदून हलवत होती.

"देवेन, ऊठ! अरे, माझ्या क्लोझेटमध्ये असलेले पाच हजार डॉलर्स तू घेतलेयत का?"

"अं! वाजले किती?" खडबडून जागा होत देवेननं विचारलं. त्याने घड्याळाकडे पाहिलं. सकाळचे आठ वाजले होते. बाहेर अजून मिट्ट काळोख होता; पण विरेनकडे लवकरात लवकर पोहोचायला हवं. त्याआधी ऑफिसच्या जबाबदाऱ्या फिलिप्सकडे सोपवायला हव्यात. किमान आठ-दहा दिवस तरी ऑफिसात आता जाता येणार नाही. विरेनला सावरायलाच हवं.

"घेतले तर सांगून घ्यायचे ना! सकाळी सकाळी तासभर नुसती शोधतेय!" त्याने काहीच उत्तर दिलं नाही, त्यामुळे त्यानेच ते डॉलर्स घेतले असल्याचा निष्कर्ष काढत देवकी तणतणली.

"काय?" काहीही न कळल्यामुळे देवेनने विचारलं. अचानक डोक्यात काहीतरी चमकून तो जवळजवळ ओरडलाच, "काय? डॉलर्सचं काय म्हणालीस तू? मी घेतलेले नाहीत. तू नक्की इथेतिथे ठेवलेले नाहीत ना?" ताडकन उठून उभा राहत त्यानं विचारलं.

"नाही रे! आज सकाळी सुरेन क्लास अटेन्ड करायला बाहेर पडला. त्याला हंड्रेड बक्स हवे होते. तेव्हापासून शोधतेय. क्लोझेटमध्येच नेहमीच्या जागी ठेवले

होते.''

देवेनच्या मनात पाल चुकचुकली. काल मॉलमध्ये जे घडलं, ते आधी या घरातही... नाही नाही, असं नसेल... कालचा त्याचा तो पहिलाच अपराध आहे, असं आपण समजत होतो. ही शंका जर खरी असेल तर...?

देवेनचा चेहरा कसनुसा झाला. काळवंडलेल्या चेहऱ्याने तो धपकन खाली बसला, भर थंडीत त्याला घाम फुटला, पायांतले त्राण हरवले, ओठ पांढरे पडले, घसा कोरडा पडला.

''देवकी, गेट मी सम...'' हाताच्या अंगठ्याने पाण्यासाठी खूण करत तो कलंडला. देवकीने धावपळ करत पाणी आणलं; पण त्याच्याकडे पाहून काहीतरी शंका येऊन ती शेजारी वसुधाला बोलवायला धावली.

''नथिंग टू वरी! सडन बी.पी. डाउन झाल्यामुळे असं झालं. पोटात आता फ्रेश लाइम ज्यूस गेलाय. थोड्याच वेळात फ्रेश वाटेल. मधूनमधून सारखं लिक्विड पोटात जाऊ देत. आणि आजचा दिवस आराम करायला हवा.'' वसुधा सांगत होती.

''आज आराम शक्य नाही. मला जायलाच हवं. आता बरं वाटतंय. काही होणार नाही मला.'' अगतिक होऊन देवेन म्हणाला.

''डॉक्टरचा सल्ला मानायला हवा तुला, देवेन!'' सौम्य पण जरबेच्या स्वरात वसुधा म्हणाली. ''मी एक डॉक्टर म्हणून आत्ता तुझ्यासमोर उभी आहे. गॉट इट? आणि तिकडची काळजी करू नकोस. आय विल बी देअर. टेक केअर! मला आता जायला हवं!'' म्हणत ती गेलीसुद्धा!

''हं!'' तिच्या पाठमोऱ्या आकृतीकडे तुच्छतेने पाहत देवकीने नाक मुरडलं. ''काल घरातून मुलगी पळून गेल्याचा मागमूसही नाही तिच्या वागण्यात.'' ती पुटपुटली आणि देवेनच्या कपाळावर आठी उमटलीच.

काही क्षणांपूर्वी वसुधाकडे मदतीसाठी धावणारी ती हीच देवकी होती ना? कशी वागू शकते ही अशी? स्वत:चं घर पोखरलं जातंय, याची तिला अजून कल्पनाच नाहीये. काही वेळापूर्वी माझी तब्येतही बरी नव्हती, मला अशा पुटपुटण्याचा त्रास होऊ शकतो, हेही हिला कळत नसेल? कसं कळेल? तशी तिला आपण कधी जाणीवच करून दिली नाही. आपण फक्त लाडच करत आलो आजवर! ती म्हणेल तो प्रत्येक शब्द झेलत आलो. सामाजिक जाणिवा कधी तिने स्वत:ला स्पर्शूच दिल्या नाहीत. दुसऱ्याविषयीच्या संवेदना, वसुधाच्या भाषेतला तो इमोशनल, सोशल कोशंट जाणीवपूर्वक जोपासायला लागतो; पण आता ही चूक सुधारायला हवी. तिला काल जे घडलं त्याची जाणीव करून द्यायलाच हवी.

''कसली काळजी करू नको म्हणत होत्या द ग्रेट डॉक्टर?'' कुत्सित हसत

देवकीने विचारलं.

"खरं सांगितलं तर तू समजुतीने घेशील का?" शक्य तेवढ्या शांत शब्दांत त्याने विचारलं.

"ऑफ कोर्स! आजवर समजुतीनेच तर घेत आलेय प्रत्येक गोष्ट." या तिच्या उत्तरावर देवेनच्या कपाळावर पडलेल्या आठीकडे दुर्लक्ष करत तिने विचारलं, "बोल, काय सांगणार आहेस?"

"तुझ्याकडून मला पराकोटीच्या समजूतदारपणाची अपेक्षा आहे. कुठलाही आक्रस्ताळेपणा करणार नसलीस आणि हायपर न होता विचार करणार असलीस, तर सांगतो."

काळवंडलेल्या चेहऱ्याने देवकी देवेनसमोर खाली मान घालून बराच वेळ बसून होती. बसलेला धक्का तिच्या मनाला झेपत नव्हता. आपल्या मुलाच्या बाबतीत असं काही घडेल, हे तिने कधी कल्पनेतही पाहिलं नव्हतं. त्यात काल पिंकीची गावभर केलेली बदनामी तिला मनोमन खात होती. अविचाराने कोणाहीविषयी काहीही बोलून स्वत:चा मोठेपणा सिद्ध करता येत नाही ना! किती सहज आपण दुसऱ्याविषयी वाईट चिंततो! काय मिळवलं आपण त्यातून? विकृत मानसिक समाधान? वसूच्या कानावरही कुणाकडून तरी काल आपण पसरवलेली अफवा पोहोचलीच असणार! तरीही स्वत:चा तोल तिने ढळू दिला नाही. तिची परिपक्वता आपल्याकडे नाहीच. देवेनसाठी ती मघाशी धावत मदतीला आली. कसं जायचं तिला सामोरं आता? पण जायलाच हवं! तीच विरेनलाही सावरू शकतेय. विरेनने ते क्लोझेटमधले पाच हजार डॉलर्स खरंच घेतले असतील? तो असं का वागला असेल? बेफाम, बेलगाम! आपण तरी काल काय वेगळं वागलो? कालच कशाला, देवेनच्या जिवावर बेगडी चैन करताना कधी दुसऱ्याचा विचारच केला नाही. त्या विशीतल्या पोरीकडे – पिंकीकडे – असलेला सोशल अवेअरनेस आपण कधी आपल्या वाऱ्यालाही फिरकू दिला नाही.

तिने भरल्या डोळ्यांनी देवेनकडे पाहिलं. त्याची मान खाली होती, काल घरी आल्यापासून त्याचा मूड नव्हता, तो चिडचिडलेला होता. पराकोटीच्या टेन्शनमुळे काळवंडला होता. त्याच्याच चेहऱ्याचं प्रतिबिंब देवकीच्या चेहऱ्यावरही आता दिसत होतं. आपल्याकडून घोर अपराध झाला, हेही तिला आता जाणवत होतं. घडल्या प्रकाराला आपणच सर्वस्वी कारणीभूत असल्याचा अपराधी भाव तिला बेचैन करत होता. वसुधासमोर कोणत्या तोंडाने जावं, हे तिला उमजत नव्हतं. मग्रूरीत आपण किती खालच्या पातळीवर विचार करू शकतो, हे जाणवून मनोमन ती शरमली होती. खूप उंचावरून कुणीतरी जमिनीवर भिरकावल्यासारखी तिची मती कुंठित

झाली होती.

देवेनजवळ जात हळूच अपराधी स्वरात ती म्हणाली, "देवेन, खरंच चुकले रे मी. विरेनने एका दणक्यात मला खडबडून जागं केलंय. त्याला कसंही करून सावरायलाच हवं. मी वचन देते तुला; यापुढे माझ्याकडून असला अपराध पुन्हा होणार नाही... एकदा मला या सगळ्यातून बाहेर पडू दे; पण... पण... मला काहीच सुचत नाहीये रे! काय करू आता? वसूची क्षमाही मागायची आहे, पण..."

"तिच्याकडे जाऊन चूक कबूल करण्याइतकं मन मोठं कर, देवकी! तिची क्षमा माग. क्षमा मागण्याआधीच तिने आपली अब्रू आपल्या पदरी घातली आहे. विरेनला एक समर्थ आयुष्यही तीच देऊ शकते. आपला कमीपणा मान्य करण्यालाही धैर्य लागतं, देवकी! आज ते धैर्य दाखवच!"

काही वेळातच दोघंही हॉस्पिटलच्या रस्त्यावर होती. देवकीच्या चेहऱ्यावर प्रथमच देवेनला समजूतदारपणाची, तिच्या वयाच्या परिपक्वतेची पुसटशी का असेना; पण एक रेष दिसत होती. तिने खरोखरीच आता परिपक्वतेच्या दिशेने जायला हवंय, ही जाणीव त्यालाही प्रथमच होत होती. आज दोघांनाही जीवनाची खरी वाट गवसली होती...

❖

**या चार डिशेस** टेबलावर मांडायच्या की बस्स! एव्हरीथिंग इज रेडी. निरंजन स्वत:वरच खूश झाला. एकदा त्याने घरात सगळीकडे नजर फिरवली. आज ऑफिसला दांडी मारून, दिवसभर खपून त्याने सगळं घर स्वत: डेकोरेट केलं होतं. डायनिंग टेबल सुशोभित केलं होतं. त्यावर आकर्षक पुष्परचना, कँडल्स, मधोमध केकसाठी जागा ठेवली होती, जो त्याने ऑनलाइन ऑर्डर करून ठेवला होता. सात वाजेपर्यंत तो केकही दारात हजर होईल. वैदेहीच्या आवडीचं सॉफ्ट ड्रिंक फ्रिजमध्ये थंड होत होतं आणि ते सर्व्ह करण्यासाठी किमती क्रोकरी अदबीने डायनिंग टेबलावर वाट बघत उभी होती. वा! झक्कास!! चौफेर पाहताना निरंजन मनात म्हणत होता, 'या सगळ्यासाठी वैदेही आहेच मुळी डिझर्विंग! म्हणूनच तिच्यासाठी मी एवढं करतोय!' तो स्वत:वरच बेहद्द खूश झाला. तो समजुतीने संसारात आवश्यक तिथे मदतीचा हात देत राहिला, त्याचं पाहून मुलांनीही कधी कामात कसूर केली नाही, म्हणून तर वैदेही एवढी पुढे जाऊ शकली. या विचाराने तो थोडा गर्वाळला. खरंच! किती मदत होते आपली वैदेहीला! तिलाही ते नक्कीच जाणवत असणार! उद्या जर तिला कोणी विचारलं, 'तुमच्या या यशामागील रहस्य काय?' तर दुसऱ्या क्षणी ती 'निरंजन' असंच म्हणेल, याची त्याला खात्री होती. स्वत:चा गर्वाळलेला चेहरा त्याने आरशात न्याहाळला. चेहऱ्याभोवती थोडी रुपेरी झाक आली होती; पण चेहरा अधिक रुबाबदार वाटत होता.

वैदेहीशी संसार सुरू केला, त्याला आज सत्तावीस वर्षं झाली. आज निरंजन आणि वैदेहीच्या लग्नाची सिल्व्हर ज्युबिली होऊनही दोन वर्षं उलटली होती. सालाबादप्रमाणे याही वर्षी हा दिवस या घरात उत्साहात साजरा होणार! खरं पाहता त्याच्याइतकीच वैदेहीही दर वर्षी या दिवसाच्या कौटुंबिक सोहळ्याची आतुरतेने वाट पाहत असते; पण आज ऑफिसातल्या ऐन वेळी आलेल्या कामात तिला रजा टाकणं शक्य झालं नव्हतं. निरंजननेही त्याच्या नेहमीच्या स्टाइलमध्ये "आय विल मॅनेज एव्हरीथिंग, गो अहेड. डोन्ट वरी. ड्यूटी फर्स्ट!" असं म्हटलं त्यामुळे वैदेही

# शिवधनुष्य

जड अंत:करणाने सकाळीच घराबाहेर पडली होती.

वैदेहीला जरी काहीशा नाटकी नाराज चेहऱ्याने निरंजनने 'ड्यूटी फर्स्ट', 'आय विल मॅनेज' वगैरे ऐकवलं असलं, तरी मनातून तो खूश झाला होता. आता त्याला एकट्याला सगळं मॅनेज करता येणार होतं. वैदेही परत येईपर्यंत तिच्यासाठी सरप्राइज तयार ठेवता येणार होतं. आणि त्याला माहीत होतं, की वैदेही लाइक्स सरप्राइजेस. किमान आज तरी वैदेही म्हणेल ''नीरू, आय लव्ह यू''.

सगळी सुखं दारात उभी असताना अचानक सात मऊ मऊ गाद्यांच्या खालून गेली पंचवीस वर्षं बोचणारी सल उफाळून वर आली. गेल्या सत्तावीस वर्षांत त्याने अक्षरश: असंख्य वेळा वैदेहीला त्याच्या तिच्यावर असलेल्या प्रेमाची कबुली दिली होती. वैदेहीचा त्यावरचा प्रतिसाद मात्र एका मंद स्मितहास्यात मर्यादित असायचा. सर्वार्थाने आपल्या संसारात समरस झालेल्या वैदेहीच्या वागण्यातही कधी प्रेमाची कमी जाणवली नाही. घरातल्या प्रत्येकाने केलेल्या स्तुत्य कामाचं तिला कौतुक असतं, म्हणून तर तिच्यासाठी काही करावंसं वाटतं. संसारात अपेक्षाही तिने फार कधी बाळगल्या नाहीत. स्वत:ची प्रगती तिने साधली; पण सतत आपल्याला दोन पावलं पुढे ठेवूनच.

सत्तावीस वर्षांचा प्रदीर्घ काळ दोघांनी एकमेकांच्या सहकाराने हसतखेळत मागे टाकला. आर्यन आणि गार्गीला मोठं करताना त्यांच्या संगोपनात येणाऱ्या लहान-मोठ्या अडचणींत आपण सतत तिच्या मदतीला तत्पर होतो; पण वैदेहीने कोणत्याही गाफील क्षणी स्वत:च्या प्रेमाची कबुली दिली नव्हती. सत्तावीस वर्षांपूर्वीचं ते वयही वेडंच म्हणायचं. वैदेही इतर मुलींपेक्षा वेगळी वाटली; नव्हे, ती वेगळीच होती आणि अजूनही आहेच. म्हणूनच आपल्याला ती मनापासून आवडली; पण काही देदीप्यमान जवळ बाळगायचं, तर चटके बसणारच! वैदेही स्वतंत्र विचारांची आहे, तिचा जगाकडे पाहण्याचा एक प्रॅक्टिकल अप्रोच आहे. तिला आपण प्रपोज केलं त्याही दिवशी तिने निर्णयात भावनेला थारा न देता, होकार देताना आपल्याला रोखठोक सांगितलं होतं : ''निरंजन, तू सर्व दृष्टीने मला योग्य असाच आहेस; पण संसार करणं म्हणजे नुसतं 'माझं तुझ्यावर प्रेम आहे' असं म्हणणं नाही ना? असं म्हणणारे बरेच भेटतात; पण मनापासून निभावून नेणारे? निरंजन, एकमेकांना समजावून घेऊन एकमेकांची व्यक्तिमत्त्वं विकसित करणारे, त्यासाठी धडपडणारेच जाणतात प्रेम निभावून न्यायचं म्हणजे काय ते! संसारात येणाऱ्या जबाबदाऱ्या दोघांच्याही असतात, त्यात सारासार विचार करून घ्यावे लागणारे निर्णय आणि त्यात होणारा मानसिक लढा, या सगळ्यातून बाहेर पडून एक तृप्त म्हणता येईल असा संसार उभा करणं, हे शिवधनुष्य पेलण्यासारखं आहे. जमेल तुला ते?''

निरंजनला त्या वेळी ती काय बोलतेय, ते खरं पाहता फारसं कळलंच नव्हतं. कळलं ते इतकंच की, वैदेहीला एका समजूतदार जोडीदाराची आवश्यकता आहे

आणि आपल्याला तिची साथ हवी आहे. दाखवता येईल तितका समजूतदारपणा दाखवू. आपल्यालाही तिने सुखी व्हावं हीच इच्छा आहे ना? पण तिने आज हो म्हणायला हवं.

निरंजनच्या उत्तराची वाट न पाहता वैदेहीच पुढे म्हणाली, "सॉरी, निरंजन! मी तुझ्यासारखी स्वप्नाळू नाही. तुझ्या मनात माझ्याविषयी जे प्रेम आहे, ते किती खरं आहे हे मात्र त्याचं प्रतिबिंब तुला माझ्या डोळ्यांत उमटल्यावरच कळेल; पण शिक्षण, रंग, रूप, उंची, घरदार पाहता तू मला योग्य आहेस. आणि तसंही, कोणताही मुलगा शोधला तरी तो शिवधनुष्य पेलणारा असेलच, याची काय खात्री? तेव्हा ओके, तो चान्स मी तुला देते."

खरं तर निरंजनच्या स्वप्नाळू प्रेमाला ते अत्यंत रुक्ष उत्तर होतं. वैदेहीचा स्वभाव पाहता त्याला ते थोडं अपेक्षितही होतं; पण किमान होकार देणारा सूर त्यात मिसळला असल्याचं त्याला समाधान होतं. त्याचबरोबर मनात एक निश्चयही झाला होता की, एक ना एक दिवस मी वैदेहीकडून वदवून घेईन, एक ना एक दिवस ती नक्की म्हणेल, 'आय लव्ह यू'; पण ते शिवधनुष्य पेलायचं म्हणजे नेमकं काय करायला हवं?

एक स्वप्नात जगणाऱ्या आणि एक सत्यात वावरणाऱ्या दोन जिवांचा एकत्रित संसार सुरू झाला. एकीकडे मन जिंकण्याचा निश्चय होता, तर दुसरीकडे कुठल्याही कर्तव्यात कसूर नव्हती. यथावकाश आर्यनचं आणि गार्गीचं त्या घराने आनंदून स्वागत केलं. आपापल्या कामाच्या वेळा सांभाळत आणि एकमेकांचं करिअर जपत दोघाही पिल्लांना दोघांनी जिवापाड जपलं. एकूण संसार आदर्शच झाला हे पटत असूनही वैदेहीकडून एकदा तरी प्रेमाची कबुली मिळावी, यासाठी निरंजन आसुसला होता. शक्य तेवढे सगळे प्रयत्न तर केले गेली सत्तावीस वर्षं! अजून तिला काय हवं आहे?

कर्कश बेलच्या आवाजाने निरंजनच्या विचारांची तंद्री भंगली. हातातल्या डिशेस टेबलावर ठेवून निरंजनने दार उघडलं. दारात गार्गी उभी होती. 'वीस-बावीस वर्षांची तरुण गार्गी, ही आपली कन्या! इतक्यात एवढी मोठी झाली? उद्या हिलाही कोणी प्रपोज करेल. ही पण त्याला ते संसाराचं शिवधनुष्य... छे! ते आपल्याला तरी अजून कुठे कळलंय?'

"हाय डॅड, कसला विचार चाललाय?" आत येता येता गार्गीने विचारलं आणि आतल्या पार्टीची तयारी पाहून एकदम चीत्कारली, "वॉव! ब्युटीफुल! डॅड, यू आर मार्व्हलस! दॅट्स लाइक माय फादर! दॅट्स व्हाय आय लव्ह यू!" असं म्हणत ती चक्क त्याच्या गळ्यात पडली.

निरंजन एकाएकी बेचैन झाला. ही वैदेहीचीच मुलगी ना? हिच्याकडून 'लव्ह यू' वदवून घेणं इतकं सोपं असेल, तर या आपल्या मुलीला जपायला हवं. आजवर कधी डोक्यातच आलं नाही की गार्गी इतकी मोठी झालीय! हिनेही वैदेहीसारखं

प्रॅक्टिकल असायला हवं! नाहीतर एखाद्याने प्रेम आहे म्हणून एक गुलाब जरी दिला, तरी ही त्याच्या गळ्यात पडेल.

ही मुलगी आज इतक्या मूडमध्ये का? नाही म्हणजे तशी ती जरा अवखळ आहेच; पण मग आज मला ते का जाणवतंय? वैदेहीच्या कानावर घालावं की, आपणच तिला प्रेमाने समजवावं? काहीतरी करायला हवं. आपलं हे चिवचिवणारं पाखरू आणि बाहेर टपलेली गिधाडं कमी का असतात?

"डॅड, काही होतंय का तुम्हाला? आर यू ओके?" गार्गी त्याला विचारत होती. बाहेर ही कोणाकोणांत मिसळते, हे विचारायला हवं. हिलाच विचारावं, की आर्यनकडे चौकशी करावी? ही सरळ उत्तर देईल आपल्याला? परवा दोघाही पोरांचे डोळ्यांचे कसलेसे इशारे चालू होते. नक्की काहीतरी खलबत चालू असणार दोघांत.

मनातले विचार दाबत वरवर हसत तो म्हणाला, "ॲब्सोल्युटली ओके! एकदम टकाटक, बरा आहे मी! इनफॅक्ट, आज मी मस्त मूडमध्ये आहे. पार्टीची तयारीही झालेली आहे. चल, आपण आरामात गप्पा मारू!"

बाल्कनीत ठेवलेल्या दोन ईझी चेअर्सवर दोघं जाऊन बसले. सहज विचारावं तसं निरंजनने गार्गीला विचारलं, "मग काय गार्गी! पुढल्या महिन्यात तुला बावीस पूर्ण होणार! कोणी बॉयफ्रेंड गटवलायस की नाही?"

"नो डॅड! सो बॅड! मला कोणी माझ्यासारखा भेटलाच नाही."

"तुझ्यासारखा म्हणजे?" थोडं हायसं वाटत निरंजनने विचारलं.

"म्हणजे लाइफ टाइम पार्टनर व्हायला योग्य असा." गार्गी उत्तरली.

"म्हणजे तुला नेमका कसा हवा?"

"मम्मी म्हणते, बॉयफ्रेंड असा हवा जो... विल बी एबल टू... यू नो!..."

"यस, आय नो! मला तुझ्या मम्मीची मतं माहीत आहेत. पुढे बोल!"

"आणि मला असं वाटतं की, इफ इन केस तो लाइफ पार्टनर झालाच नाही, तरी पुढे जो कोणी माझा लाइफ पार्टनर असेल, त्याला माझ्या बॉयफ्रेंडच्या चॉइसचा अभिमान वाटायला हवा. ही शुड बी प्राऊड टू से की, हा माझ्या बायकोचा एक्स-बॉयफ्रेंड होता!"

निरंजन डोळे विस्फारून तिच्याकडे पाहत राहिला. नव्या जमान्यातली गार्गी वैदेहीच्या दहा पावलं पुढेच होती. त्याला विचार करायला फारसा वेळ न देता गार्गी पुढे म्हणाली, "माझा विचार नका करू, डॅड! काल आर्यनची विकेट उडाली ते माहितेय का?"

"काय झालं त्याला?"

"त्याची एक फाइंड आहे... शाल्मली! याने तिला प्रपोज मारला, तर ती काय म्हणाली माहितेय? कॅन यू इमॅजिन?"

धडधडत्या हृदयाने निरंजनने पुन्हा एकदा शिवधनुष्याचं स्मरण केलं.

"म्हणाली, आय ॲम डिफरन्ट. आय वॉन्ट अ मॅन विथ अ आउट ऑफ बॉक्स थॉट प्रोसेस. बी प्रॅक्टिकल, थिंक प्रॅक्टिकली. आय बिलीव्ह इन इक्वल रिस्पॉन्सिबिलिटीज. तुला वाटतं तू माझ्याबरोबर आयुष्य काढू शकशील? मला माझं करिअर घडवायचंय. यू विल हॅव टू ॲडजस्ट अ लॉट!"

"मग?"

"मग काय? स्टिल ही इज थिंकिंग! अजून तो विचार करतोय."

पुढे गार्गी काय चिवचिवत होती, त्याकडे निरंजनचं लक्षच नव्हतं. उलटसुलट विचारांचं काहूर डोक्यात घेऊन, तो कुणास ठाऊक किती वेळ तसाच बसून होता. गार्गीचे विचार एक प्रकारे आपल्या पथ्यावरच आहेत. आपली मुलगी सुरक्षित आहे; पण आपला मुलगा शिवधनुष्य पेलायला निघण्याइतका मोठा झालाय? ऑफ कोर्स ही इज नाऊ ट्वेंटीफोर! त्यालाही नेमकी वैदेहीसारखीच कोणी प्रॅक्टिकल विचार करणारी भेटली? शब्द वेगळे पण विचार तेच! क्षणभरात निरंजनचा चेहरा ताठरला. काय समजतात या मुली स्वत:ला? माझ्या आर्यनचा असा अपमान? गेली सत्तावीस वर्षं मीही वाट पाहत बसलोय, की कधी देवी प्रसन्न होतील? छे, खेळ मांडलाय नुसता! पण आता नाही! आज वैदेहीला मला विचारायलाच हवं! या स्त्रियांना नेमकं हवं काय असतं? ही सगळी शिवधनुष्यं आपल्याच वाट्याला का? नाही रे आर्यन, जन्म गेला तरी शिवधनुष्य पेलणं तर दूर राहिलं, ते कसं असतं हेही कळत नाही.

"डॅड, हं, पाणी घ्या." गार्गी त्याच्यासमोर ग्लास धरून उभी होती. "कसा झालाय तो चेहरा? काही होतंय का तुम्हाला? आर यू ओके? यू आर इन डीप थॉट. आर्यन मम्मीला येताना घेऊन आलाय. दोघंही फ्रेश व्हायला गेलेयत. मम्मी तुमची आवडती पर्ल ॲंड पिंक कॉम्बीवाली साडी नेसतेय. आणखी एक सरप्राइज! थोड्याच वेळात इथे सेलिब्रेशनसाठी आणखी एक जण येत आहे. गेस हू? शाल्मली!"

अर्धवट झोपेतून खडबडून जाग आल्यासारखा निरंजन उठून उभा राहिला.

"आर्यन! आर्यन, कुठे आहेस तू?"

स्वत:च्या रूममधून टाय बांधत बाहेर येणाऱ्या आर्यनने "यस डॅड!" म्हणून विचारणा करताच तो बरसला, "अरे, शाल्मली येतेय इथे?"

"हो."

"पण तिचे विचार तुला मान्य आहेत? तुला माहितेय ते किती अवघड काम आहे ते?"

"तिच्या फारशा काही अपेक्षा नाहीत डॅड! काल माझ्याकडून तिच्या नेमक्या काय अपेक्षा आहेत, याचा मी विचार केला आणि मला जाणवलं की, आपल्या घरात आपण रोज जे जगतोय, तेच तिला हवंय. त्यात अवघड असं काय आहे?"

खजील चेहऱ्याने निरंजन आर्यनकडे पाहत राहिला. लहानपणापासून तो जे पाहत आला होता, ते लीलया पुढे चालू ठेवायला त्याला वेगळे काहीच श्रम वाटत नव्हते. सहकारी तत्त्वाने घराचं घरपण जपण्यासाठी प्रत्येकाने आपला वाटा उचलण्यात गैर ते काय आहे? हेच का ते शिवधनुष्य? ते तर गेली सत्तावीस वर्षं आपण उचलतोय. आपण तरी त्यात कुठे काही गैर मानलं? तरीही वैदेहीला कधी आपण पूर्णत: खूश करू शकलो नाही. असं का?

दूर उभी राहून नुकतीच तयार होऊन बाप-लेकाचा संवाद ऐकत उभी असलेली वैदेही निरंजनकडे अर्थपूर्ण पाहत होती. तिच्या नजरेत त्याला जाणवत होतं की, त्याच्यावर झालेल्या बालपणापासूनच्या संस्कारांशी खरं पाहता त्याचं वागणं सुसंगत नव्हतं. वैदेहीला सुखी करण्याच्या निश्चयामुळे तो प्रयत्नपूर्वक तसं वागत होता. त्यामुळे स्वत: काही विशेष करत असल्याची जाणीवही डोकं वर काढत होती. आपोआपच त्या वागण्याचे पडसाद उपकाराच्या रूपात वैदेहीला जाणवत असणारच. आपण काम करत राहिलो; पण ते तिला मदत म्हणून. स्वत:चं काम म्हणून नव्हे! मदत करण्याच्या भावनेने केलेल्या कामाचा सहजपणा जाऊन आपल्याही नकळत आपल्याला ते जड जात असणार. हेच असणार ते शिवधनुष्य जे उचलायला जड, आयुष्यभर वागवायला जड आणि मुख्य म्हणजे ओळखायलाही निरंजनला अवघड ठरलं होतं. इतकंच नाही, तर गार्गीच्या बाबतीतले विचार तो शाल्मलीच्या बाबतीत करू शकत नव्हता. तीही कुणाची तरी मुलगी आहे, तिच्या सुरक्षिततेची कोणाला तरी काळजी असू शकेल, असा साधा विचारही त्याच्या मनात आला नाही. तिच्या उत्तराने आर्यनचा अपमान, म्हणजे पर्यायाने स्वत:चा अपमान झाल्याच्या जाणिवेने तो आजचा आनंदाचा दिवस स्वत: सगळी तयारी करूनही इतका विसरला, की आर्यन आणि वैदेही घरात आल्याची जाणीवही त्याला झाली नाही; पण आर्यनला मात्र हे सगळं सहजसाध्य वाटत होतं. त्याच्यासाठी ते शिवधनुष्य नव्हतंच; कारण त्यात अहंपणा नव्हता. होती ती फक्त अंगी नकळत मुरलेली सहकाराची सहज जाणीव.

निरंजन आता मात्र आपला खजीलपणा लपवत आत्मविश्वासाने खरोखरीच शिवधनुष्य पेलायला पुढे सरसावला. आर्यनच्या समोर जाऊन त्याच्या खांद्यावर थाप मारत तो म्हणाला, ''मला गर्व वाटतो तुझा. मला जे कळायला सत्तावीस वर्षं लागली ते... ते... तुला अवघ्या चोवीस वर्षांत अंगी मुरवता आलं. गो अहेड. सुखी होशील.''

हळूच तिरप्या डोळ्यांनी त्याने वैदेहीकडे पाहिलं. आपल्या ओठांवर दोन्ही तळवे टेकवून ती त्याच्याकडे एक मुक्त चुंबन फेकून त्याला जणू सांगत होती : ''नाऊ आय रिअली लव्ह यू. यू डिझर्व टू बी अ गुड पार्टनर.''

❖

**विभाने लुगड्याचं मधलं** टोक वसंतरावांच्या हातात दिलं आणि लगबगीने ती त्यांच्यापासून साडेचार वार दूर गेली आणि पुन्हा तेवढ्याच लगबगीने सव्वादोन वार जवळ आली. धुतलेल्या ओल्या लुगड्याची नवऱ्याच्या मदतीने घातलेली घडी तिने जोरात झटकली आणि काळजीपूर्वक तारेवर लुगड्याची चारही टोकं व्यवस्थित जुळवून वाळत घातली. लुगड्याची घडी चुकलेली आईंना आवडत नाही. उगाच तेवढ्यासाठी घरातून निघताना त्यांचा मूड नको जायला! उद्या त्यांच्याबरोबर ही स्वच्छ धुतलेली सहा लुगडी दिली की झालं! याच प्रकारे उरलेल्या पाचही लुगड्यांना सहीसलामत तारेवरची जागा दाखवेपर्यंत ती बरीच दमली होती. आईंनी आज 'धोबीघाट' घालून दिलाय. नशीब! वॉशिंग मशीन आहे! नाहीतर ही सहासहा लुगडी एकाच दिवशी धुवायची म्हणजे दम निघाला असता! आता वयाच्या बासष्टीला ही असली कामं झेपतच नाहीत! कंबर बोलायला लागते; म्हणते, 'विभाताई, बसा आता! मलाही आराम द्या!'

'छे, छे! बाई गं, आराम आज तरी परवडणार नाही,' असं जरी ती मनात म्हणाली, तरी पाठीने तिचं काही ऐकलं नाही.

'बरं बाई, बसते जरा! पण थोडाच वेळ हं!' स्वत:ची समजूत काढत विभा थोडी टेकलीच! पण आज फार वेळ बसता येणार नव्हतंच. कामांच्या भल्या थोरल्या यादीची तिने एकदा मनातच उजळणी करून घेतली. उद्या आशिषच्या पिकनिकच्या तयारीसोबत आईंचीही पाठवणी करायचीय. त्यांची सगळी फर्माइश पूर्ण करायचीय. तिखट, मीठ, ओवा, तीळ घालून आशिषला डब्यात देणार तशाच पुऱ्या त्यांनाही सोबत हव्यायत, त्याला देणार तसाच दही विरजलेला दूध-भाताचा डबा त्यांच्यासाठीही द्यायचाय. हे सगळं जरी उद्या पहाटे उठून करायचं असलं, तरी आज त्यांना हवे तसे मुगाचे लाडू, आल्याच्या वड्या आणि डबाभर चिवडा. छे बाई! उद्या आईंना पोहोचवायचं आहे; आणखीन किती कामं आयत्या वेळी उपटतील कोण जाणे!

# पिकनिक

विभा लगबगीने उठली. आज तिच्या मनात शंभर हत्तींचं बळ आलं होतं. उद्या केव्हा उजाडतं, असं तिला झालं होतं. गेली सात वर्षं प्रवास काय असतो, हेच ती विसरून गेली होती. प्रवासाचं नाव काढलं, की हिच्याआधी आई बाहेर पडण्याच्या तयारीत! दिसामाशी त्या लहानच होतायत. खरं तर कुठेतरी दूरच्या प्रवासाला जाण्याची तिची बऱ्याच वर्षांची इच्छा होती. शशांक-शर्वरीचं लग्न झालं तेव्हा तशी इच्छा तिने वसंतरावांना बोलूनही दाखवली होती. वसंतरावांना रिटायर व्हायला अजून एक वर्ष बाकी होतं; पण शशांकचं नुकतंच लग्न झालंय; लगेच असं तोळामासा तब्येत असलेल्या आईला त्यांच्याजवळ कसं ठेवायचं? तिच्या पायांचं दुखणं पाहता तिला बरोबर तरी कसं न्यायचं? त्यांचंही बरोबरच होतं; पण आपलंही उमेदीचं वय निघून चाललंय. उद्या आईंना पोहोचवलं, की यांना सांगायला हवं एखादी लांबची ट्रिप बुक करायला.

गेली सात वर्षं आशिषच्या बरोबरीने आईंच्या रूपातलं दुसरं बाळ सांभाळतासांभाळता विभाला नको नको झालं होतं. प्रत्येक बाबतीत आशिषशी बरोबरी! त्याच्याशी भांडतात काय, त्याची तक्रार काय करतात. नशीब! त्याच्याबरोबर शाळेतही जायचं म्हणून हट्ट करत नाहीत! त्याला कपडे आणले की यांना आणा, त्याला खेळणी आणली की यांना काहीतरी आणाच! नाही दिलं की, डोळ्यांना पदर! आशिष अजून लहान आहे असं म्हटलं की, 'म्हातारपण हे दुसरं बालपणच असतं' असा युक्तिवाद तयार! उद्या आईंना एखाद्या वृद्धाश्रमात पोहोचवलं की सुटले बाई!

आठवणीसरशी तिने वसंतरावांना हाक मारली, "अहो, त्या लिस्टमधल्या उरलेल्या वृद्धाश्रमांना फोन करून चौकशी करताय ना? आणखी रूम्स कुठे कुठे मोकळ्या आहेत ते पाहायला हवं. तेवढाच आईंना चॉइस देता येईल. नेटवरही रूम्सचे फोटो दिसत असले, तर पाहून ठेवा."

"करतो, करतो. सगळं करतो." आईच्या बॅगेत काय काय भरायचं, याचा विचार करत सामानात बसलेले वसंतराव म्हणाले.

"आणि लिस्ट दिलीय त्याप्रमाणे केमिस्टकडून पुढल्या महिन्याभराची त्यांची औषधं घेऊन या." आधीचं काम होईल अशी हमी मिळाल्यावर विभाने पुढचं काम सांगून टाकलं.

शर्वरीची – सुनेची – ऑफिसला निघण्याची धावपळ सुरू झाली होती. आशिषच्या पायांत बूट चढवत ती त्याला सांगत होती, "आल्यावर आजीकडे बसून सगळं होमवर्क कम्प्लीट कर, ओके!" अरे बापरे! म्हणजे दुपारी हे कामही आहेच की आपल्याकडे! विभाने मनातल्या मनात कामांच्या उजळणीत आणखी एका कामाची नोंद केली.

"हं!" आज्ञाधारक आशिषबाळ हुंकारलं.

"उद्या कोण पिकनिकला जाणार आहे? लब्बाड! मज्जा आहे एका मुलाची! तुला उनो देऊ बरोबर की फ्रिस्बी?"

शर्वरीच्या तोंडून पिकनिकला बरोबर काय देऊ, असा प्रश्न ऐकला आणि विभा एकाएकी सावध झाली. आईंनी ऐकलं तर...

"विभे..." आईंच्या खोलीतून हाक आली आणि विभा तिकडे धावली. जाता जाता शर्वरीकडे 'कशाला मोठ्याने बोललीस?' अशा आशयाचा कटाक्ष टाकला. शर्वरीनेही जीभ दातांत धरून, डोळे बारीक करून 'चुकलंच' म्हटलं. नको तेव्हा आईंनाही नेमकं कसं ऐकू येतं? इतर वेळी म्हणत असतात, की म्हातारपणामुळे कमी ऐकू येतं, लक्षात कमी राहतं. आवाज कसा तो खणखणीत आहे अजून!

जेव्हापासून आशिष पिकनिकला जाणार अशी चर्चा घरात चालू झाली, तेव्हापासून सत्त्याऐंशी वर्षांच्या आईंनी गेला महिनाभर पिकनिकला जायचा धोशा लावला होता.

"मला पण पिकनिकला जायचंय!"

"मोठी आज्जी, तिथे पार्कमध्ये फक्त माझे स्कूल फ्रेंड्स येणार आहेत. आणि टीचर." आशिष उवाच.

"तू गप रे, तुला काय कळतंय? तू जा तुझ्या पिकनिकला. आमचं आम्ही बघू." एक बाळ दुसऱ्या बाळावर खेकसलं आणि वसंतरावांकडे बघून म्हणालं, "वसंता, मला पण पिकनिक हवी!"

"अगं आई, तुला चालतासुद्धा येत नाही धड! पिकनिक कसली करतेयस?" वसंतरावांनी आपला नकार नोंदवला.

"म्हणजे मी काय बाहेरच पडायचं नाही का? व्हीलचेअर आण की भाड्याने!" आपला हेका पुढे रेटत आई म्हणाल्या.

"अगं हो, पण या घरातून बाहेर पडेपर्यंत तुला अर्धा तास लागतो. डॉक्टरांकडे जाताना पाहतेस ना तू? एवढ्या चारच पायऱ्या; एक एक पायरी तुला उतरवताना नाकी दम येतो आमच्या. सगळा भार खुशाल सोपवतेस आमच्यावर! सोपं आहे का ते?"

"तुला लहान असताना उचलून उचलून वागवलाय हो! म्हटलं नाही मी कधी, की जड होतोयस मला म्हणून!"

'हे, हेच!' विभा मनोमन म्हणाली. 'हे बरंय या लोकांचं! जुन्या गोष्टी काढून मुलासाठी कशा खस्ता खात त्याला मोठं केलं हे आठवून आठवून पुन्हा पुन्हा सांगायचं आणि काल मी त्यांना आवडतो म्हणून शिरा करून दिला, तो काही आठवत नाही. जुनं सगळं डोक्यात शाबूत आहे पक्कं! इतकं की, नवं लक्षात

ठेवायला जागाच नाही शिल्लक! 'वयोमान' आडवं येतं ना! डोकं भूतकाळात अडकून पडलं, की हे असं होतं. दोष मात्र वाढत्या वयाचा!'

"आई, कसल्या तुलना करतेयस? तेव्हा मी केवढा होतो? आज तू केवढी?" दोन्ही दंड पसरून आईचा जाडेपणा दाखवत वसंतरावांनी आता पिकनिक शक्य नाही, हे आईला पटवून देण्याचा प्रयत्न केला.

"अरे बाळा! पुरुषासारखा पुरुष ना रे तू? आईचा भार झेलता येत नाही? आणि मी माझ्याकडून शक्य तेवढा कमीच भार टाकते की तुझ्यावर! तो एक श्रावणबाळ बघ; नाही तर तू...! कावड खांद्यावर घेऊन..." आईंनी स्वत:चा हेका पुढे चालू ठेवला.

आईच्या बोलण्यावर गेल्याच आठवड्यात आईला घडवलेल्या हॉस्पिटलच्या फेरीचा प्रसंग आठवूनही वसंतराव घामेजले.

"अगं, आता माझंही वय लक्षात घे. सदुसष्ट वर्षांचा झाला गं हा तुझा बाळ!" कळवळून वसंतराव म्हणाले.

"मला सांगू नकोस. सत्त्याऐंशीव्या वर्षीही मी ठणठणीत आहे तुझ्यापुढे."

"मोठी आजी बॅड गर्ल आहे! ती ऐकत नाही सांगितलेलं!" आशिषने मध्येच आपलं अस्तित्व प्रगट केलं; पण स्वत:ची ठणठणीत तब्येत वसंतरावांना पटवून देण्याच्या नादात बहुधा ते आईंनी ऐकलं नाही. विभाने शर्वरीला त्याला पटकन बाहेर न्यायला सांगून पुढचा संग्राम टाळला होता.

"हे बघ, तुला तेवढा प्रवासही झेपणार नाही आता. प्रवासाने तुझं अंग दुखतं की नाही? चालताना पायही त्रास देतात." आईला समजावत वसंतराव म्हणाले.

"तू काय मला म्हातारी समजतोस का? मग टाक एकदाचं मला नेऊन एखाद्या वृद्धाश्रमात! म्हणजे तूही सुटलास आणि मीही!"

"छे छे! म्हातारा मी झालोय गं! झेपत नाहीत मला आता कामं!"

"बायकोने सांगितलेली कामं बरी झेपतात? बायल्या कुठला! मला आता राहायचंच नाही इथे! बघच एखादा वृद्धाश्रम माझ्यासाठी." आईंनी आपला हेका चालू ठेवत निर्वाणीचा सूर लावला.

"इनफ्! आजी, पुरे आता!" इतका वेळ शांत बसलेल्या शशांकने जागेवरून उठत कृष्णशिष्टाई केली. "पिकनिकचा विषय आता बंद! आजी, तू पिकनिक-बिकनिकचं नाव काढू नकोस! तुला पिकनिकला नेणं आता शक्य नाही. घरात बसून काय हवं ते कर. आणि वृद्धाश्रमाचं म्हणशील तर आपलं घर अर्धा वृद्धाश्रमच आहे की! तिघं तिघं वृद्ध एकाच घरात! काय कमी आहे आपल्याला?" जाता जाता स्वत:च्याच केलेल्या विनोदावर तो हसला.

आपल्याला शशांकने वृद्ध ठरवावं? क्षणभर विभाला वाईट वाटलं; पण...

"मी पिकनिकला जाणार म्हणजे जाणार!" आईंच्या ठासून केलेल्या विधानाने ती एकदम सावध झाली, शशांकही जाता जाता पुन्हा वळून थांबला. त्याच्याकडे बघून त्या म्हणत होत्या, "तूच नेशील मला! आणि नसशील नेणार तर एखादा वृद्धाश्रम बघ माझ्यासाठी. मी तिथे जाईन, म्हणजे तुम्हाला माझा त्रासच नको." प्रयत्नांती जागेवरून उठत त्यांनी सावकाश आपल्या खोलीचा रस्ता धरला.

आजीच्या पाठमोऱ्या आकृतीकडे पाहत शशांकने हसत हसत डोक्याला हात मारला.

"उद्यापासून आता कोणी पिकनिकचा विषय घरात काढू नका." म्हातारहट्ट एपिसोडची सांगता करत शशांक तिला ऐकू जाणार नाही, अशा हळू आवाजात म्हणाला. "तिला पुन्हा आठवण करून न देणंच आपल्यासाठी योग्य ठरेल. हा विषय पुरे आता."

पण पुरे म्हणून हा विषय संपणार नाही, हे विभा जाणून होती. हे असंच घडत होतं नेहमी. स्वत:चा हट्ट कसा पूर्ण करून घ्यायचा, हे आईंना नेमकं माहीत होतं. प्रत्येक वेळी एखादी नवी क्लृप्ती! या वेळी नेमकं त्या काय करतील, हे सांगवत नव्हतं. शिवाय...

"तिची तेवढी इच्छा राहून जायला नको. उद्या तिचं काही बरंवाईट झालं, तर मनाला बोचणी राहील आपल्या." वसंतरावांचं प्रत्येक वेळी हे किंवा असं काहीसं बोलणं विभाला आता पाठ झालं होतं.

'याही वेळी वसंतरावांनी आईंची इच्छा शिल्लक ठेवायला नको. पिकनिक नाही; पण त्यांच्या इच्छेनुसार त्यांना वृद्धाश्रमात अवश्य पोहोचवावंच. म्हणजे उद्या खरोखरीच काही बरंवाईट झालं, तर ती तेवढी वृद्धाश्रमात जाण्याची त्यांची इच्छा राहून गेली, याची बोच त्यांना राहायला नको आणि मीही सुटीन.' मनातल्या मनात विभा म्हणाली. 'आपल्या जीवनाचाही आता कुठे भरवसा देता येणार आहे? माझ्याही किती किती इच्छा अजून पूर्ण व्हायच्या आहेत.'

मनातून कितीही तडफडली, तरी तिला खात्री होती; त्यांना जे हवं ते त्या खचितच विसरत नाहीत. त्यांच्या फायद्याचं तेवढं म्हातारपणाच्या आडोशाने त्या विसरले, असं म्हणतात. आठवण करून द्यायची गरजच काय? आणि झालंही तसंच...

दुसऱ्या दिवशी सकाळी चहाच्या वेळी आईंचा पहिला प्रश्न, "मग काय ठरलं? ट्रिप की वृद्धाश्रम?"

"आई, हे बघ, तुला वाटतं तितका वृद्धाश्रम सुखाचा नसतो. इथे तुला काय कमी पडतंय? आम्ही आहोत तुझं दुखलंखुपलं बघायला." वसंतरावांनी पुन्हा एकदा समजवायचा प्रयत्न केला.

''काय बघतोस तू बाबा? एक साधी इच्छा पूर्ण होत नाही तुझ्याकडून!''

वसंतरावांनी तो विषय तिथेच सोडण्यासाठी मौन राखणं पसंत केलं; पण... सहजासहजी हार मानतील तर त्या आई कसल्या! पिकनिकचा विषय त्या सोडणार नाहीत, हे नक्की!

''मी काल माझ्या एका मैत्रिणीला फोन केला; ती म्हणाली, की हल्ली वृद्धाश्रमांचं पेव फुटलंय. एक चांगला व्यवसाय म्हणून बरेच लोक त्याकडे वळतायत. एक फोन टाकला, की कळतं कुठे जागा रिकाम्या आहेत ते. घरातल्यांना हल्ली म्हातारे नको असतात; काय वाईट आहे त्यांचा व्यवसाय झाला म्हणून?'' आईंनी विषय पुढे दामटला.

''अगं आई, का शिणवतेयस डोकं? एकदा सांगितलं ना, की आपण कुठेही जात नाही आहोत.''

''आणि मीही तुला सांगतेय, की ज्या दिवशी आशिष पिकनिकला जाईल, त्याच दिवशी माझी एखाद्या आश्रमात जायची सोय कर. मला आता या घरात राहायचं नाही. जिथे माझ्या शब्दाला किंमत नाही, इच्छा चिरडली जाते, तिथे मला राहायचं नाही.''

''बरं! हा तुझा अंतिम निर्णय आहे? कालपासून याच विषयावर डोकं फिरवलंयस तू. नंतर म्हणू नकोस की मुलाने वृद्धाश्रमात टाकलं म्हणून!''

हा संवाद ऐकत असणाऱ्या विभाने आशेने कान टवकारले.

''वा रे बहाद्दर! एवढी इच्छा मात्र बरी लगेच पूर्ण करायला निघालास! नकोच आहे तुला मी! पण सांगायचं धाडस नाही ना!'' आई छद्मी हसत म्हणाल्या.

वसंतराव जागचे उठले, ''माते, आपले चरण दाखवाल का? आपणाला साष्टांग दंडवत घालीन म्हणतो. आपण म्हणाल ते करू. आपणासी आम्ही शरण आहोत.''

''ठीक आहे,'' आई शांतपणे पाय पुढे करत म्हणाल्या. ''हे घे माझे चरण आणि मी सांगते तसं कर. त्या दिवशी आशिषला शाळेत पिकनिकसाठी सोडून आल्यावर वृद्धाश्रमात मला सोडायला तरी सगळ्यांनी या. या म्हातारीसाठी एक दिवस काढा सगळ्यांनी! पुन्हा नाही हो त्रास देणार!''

नाही-हो म्हणता म्हणता शेवटी शशांकनेही गाडी काढायचं ठरवलं. ''चल आजी, होऊच दे तुझ्या मनासारखं! या शनिवारी आशिषला शाळेत पोहोचवतो आणि आम्ही सगळे तुला वृद्धाश्रमात पोहोचवायला येतो.''

''शशांक, नको रे भलते हट्ट पुरवूस तिचे,'' वसंतराव कळवळून म्हणाले. ''अरे, बरं दिसत नाही ते! लोक काय म्हणतील? इतकी वर्षं जे केलं, त्या सगळ्यावर पाणी फिरेल.''

"मग पिकनिकला नेणार आहात का तिला?" – शशांक.

वसंतरावांकडे पर्यायच उरला नव्हता.

आत्ताही आईंची हाक ऐकून त्यांच्या खोलीकडे धावताना हे सगळं नाट्य विभाला आठवत होतं. शर्वरीने पिकनिकला सोबत काय देऊ असं आशिषला विचारलं, झालं! नको त्या वेळी नेमकं कसं आईंना बरोबर ऐकू जातं?

"सगळी लुगडी नीट धुऊन ठेवलीस ना?" विभाला पाहताच आईंनी विचारलं. विभाने मानेनेच 'हो' म्हटलं.

"उद्या मी निघताना माझ्यासोबत दोन पत्त्यांचे जोड दे." अच्छा! म्हणजे उनो, फ्रिस्बी कानावर पडलेलं दिसतंय! विभा मनातल्या मनातच हसली; पण त्या उद्या इथून जाणार या आशेमुळे तिला त्यांचा राग आला नाही.

'बरं' असं मोघमात उत्तर देऊन ती तिथून सटकणार तेवढ्यात, "आणि दोन सतरंज्याही दे बरोबर."

'त्या आणि कशाला? आशिष असलं काही सोबत नेणार नाहीये,' असं सांगायसाठी विभाची क्षणभर चुळबुळ झाली; पण तोंडाने फक्त 'हं' म्हणून ती तिथून सटकली.

"आई, सावकाश! आधी ती दरवाजाची मूठ घट्ट धर. शर्वरी तू पुढे जा! बघ पुढून आधार दे आईला. आई, आता माझा खांदा घट्ट धर. आता उजवा पाय खाली सोड. शर्वरी, पोहोचला का गं खालच्या पायरीवर पाय?"

शर्वरी हो म्हणेपर्यंत "आई आई गं!" करत आई सोडलेल्या पायरीवर बुद्कन बसल्या. "थांब रे बाबा! जरा दमाने... थांब ."

"बघ, एक पायरी उतरताना नाकी दम येतो; तुझ्या आणि माझ्याही! का उगाच हट्ट धरतेस बाहेर पडायचा?"

दहा मिनिटं असा गोंधळ घालून आईंनी पायऱ्या सोडल्या आणि वसंतरावांनी घाम पुसला. तोपर्यंत आशिषला पोहोचवून शशांक गाडी घेऊन दारात उभा राहिला.

गाडीच्या पुढच्या सीटवर शर्वरीच्या मदतीने कसाबसा आईंचा देह कोंबून त्यांना बसवलं आणि त्यांचं सगळं समान डिकीत ठेवता ठेवता वसंतरावांनी विचारलं, "आता काही राहिलं नाही ना घरात?"

"काय गं विभा, माझ्या लिस्टप्रमाणे सगळं घेतलंयस ना बरोबर?" आईंनी विभाला विचारलं.

"हो, हो. सगळं घेतलंय." तितक्याच तत्परतेने विभा उत्तरली.

उरलेले तिघेही मागच्या सीटवर जाऊन बसणार इतक्यात, "अगं बाई! विसरलेच मी! माझा चष्मा!" आई चीत्कारल्या.

“जा बाई शर्वरी, घेऊन ये पटकन.” विभाने शर्वरीची विनवणी केली.

“कुठे ठेवलाय?”

“त्यांच्या खोलीतच असेल बघ!” विभा म्हणाली.

शर्वरी धावतपळत घरात गेली आणि मिनिटभरात परतली, “आजींच्या खोलीत नाहीये चष्मा!”

“अगं, असं कसं? कालच उशाशी ठेवला होता. जाईल कुठे? नीट बघ की!” आई करवादल्या.

“जा, जरा बघ त्यांच्या उशीखाली आहे का ते.” विभाने पुन्हा विनवलं.

शर्वरी पुन्हा आत धावली आणि बाहेर येऊन तिने नकारार्थी मान हलवली.

“तू उठलीस तर पाय मोडतील का गं तुझे? जरा ऊठ, उद्यापासून तुला सतावायला नाहीये मी.” आईंनी दरडावलं.

अनिच्छेने विभा उठलीच. कालच्या कामाचा शिणवटा तिला जाणवत होता. आता ‘आज आईंना पोहोचवून आलो की उद्या मस्त आराम करू’ असं मनाशी म्हणत विभाने सारं घर धुंडाळलं; पण चष्मा काही मिळेना! विभाही हात हलवत आलेली पाहून वसंतराव आईकडे बघून म्हणाले, “आई, तुझ्या सामानात बघ. कदाचित बरोबर घेतला असशील.”

“छे! मी भरलेला मला आठवत नाही. थांब मीच पाहून येते.”

“नको.” त्यांना पुन्हा कारमधून काढून चार पायऱ्या चढवण्याच्या कल्पनेने वसंतराव अस्वस्थ झाले.

“नको कसं? चष्मा नको मला? तिथे बसून टीव्ही कसा पाहू मी? तिथे टीव्ही असतो ना रे? मला माझ्या सीरियल्स पाहायच्या असतात.”

“ते तिथे गेल्याशिवाय कसं कळणार?” वसंतराव.

“सगळीच चौकशी करून घे. बाथरूम, ताट-वाटी सगळं स्वच्छ असायला हवं.”

“तिथे गेल्याशिवाय ते कळणार नाही,” ताटकळत ड्रायव्हरच्या सीटवर बसलेला शशांक म्हणाला. “आधी इथून निघायला हवं. चष्म्याचं काय झालं?”

एव्हाना आईंच्या बटव्याची झडती घेत असलेली शर्वरी ओरडली, “सापडला!”

आर्किमिडीजलाही नसेल झाला इतका आनंद विभाला झाला. तीही विस्फारली, “सापडला?” आईंच्या निघण्याच्या आड आता हा चष्मा येतो की काय, असं तिला वाटत होतं. त्यामुळे तो मिळाल्याचं समजताच तिच्या तोंडून अभावितपणे निघालं, “चला बाई! देवच पावला म्हणायचा.”

आई किंचित हसल्या; पण विभाच्या बोलण्यावर आता काय काय ऐकून घ्यावं लागतंय अशा भीतीने आईकडे पाहणाऱ्या वसंतरावांना तिने ते फक्त हसण्यावारी

सोडून दिल्यानं हायसं वाटलं.

"मग निघायचं ना आता?" शशांकने विचारलं. "आजी, अजून काही राहिलंय?"

आजीने नकारार्थी मान हलवली आणि शशांकने गाडी सुरू केली.

"अरे थांब, थांब." आईंच्या तोंडून 'थांब' असं ऐकल्यावर विभाच्या पोटात धस्स झालं... आता काय?

"आता काय?" किंचित चिडून शशांकनेही नेमकं तेच विचारलं.

"अरे, घरच्या देवाला निघताना नमस्कारच केला नाही." गाडीचा दरवाजा उघडत आई म्हणाल्या.

"आता पुरे हं आजी," शशांक वैतागला. "इथूनच काय ते नमस्कार, चमत्कार आटप."

वसंतरावांनी एक दीर्घ सुस्कारा सोडला.

"हो रे बाबा." म्हणत आईंनी स्वत:चे दोन्ही पाय बाहेर काढून घराच्या दिशेने तोंड केलं आणि हात जोडले. 'आता चल,' म्हणत त्या पाय आत घेऊ लागल्या; पण त्यांना ते जमेना. मघाशी त्यांना गाडीत कोंबताना शर्वरी आणि वसंतरावांना बरेच प्रयत्न करावे लागले होते.

"ए शर्वरी," शशांकने आईंच्या मागे बसलेल्या शर्वरीला हाक मारली. मिळालेल्या वेळात व्हॉट्सॲपवर मेसेज करण्यात दंग असलेल्या शर्वरीने 'जस्ट अ मिनिट डिअर!' म्हणून आपला मेसेज पूर्ण केला आणि शांतपणे विचारलं, "हं, आता बोल."

"प्लीज, हेल्प हर."

लगबगीने खाली उतरून शर्वरीने सीटवर बसलेल्या आजींचे दोन्ही पाय उचलून गर्रकन उजवीकडे फिरवले, "नाऊ दॅट्स द ट्रिक. मला आता कळलंय यांना सीटवर कसं बसवायचं ते."

"गुड! निघू या? आधी कुठल्या बाजूला जायचं?"

वसंतरावांनी सांगितलेल्या दिशेने शशांकने गाडी वळवली.

"आई, आज आपण पाहिलेला हा चौथा आणि शेवटचा वृद्धाश्रम आहे. हाही तुला पसंत नाही?" थकून वसंतरावांनी विचारलं.

"नाही." निर्विकारपणे आईंनी सांगितलं.

"इतर ठिकाणी जागा रिकाम्या नाहीत असं काल फोनवर कळलं," वसंतराव म्हणाले. "मला असं वाटतंय, आत्तापर्यंत पाहिलेल्यात हाच सगळ्यात बरा आहे. खालच्याच मजल्यावर सगळ्या सोयी उपलब्ध आहेत, रेट्सही रिझनेबल आहेत, समोर छोटीशी बाग आहे, बागेत बसायला बाकं आहेत. खाण्यापिण्याची सोय

चांगली वाटतेय. थोडं आपल्या घरापासून दूर आहे; पण अधूनमधून येता येईल. स्वतंत्र रूम हवी, की जोडीदारीण हवी तुला?''

''तू तर नक्कीच करायला निघालास! थांब जरा. मला विचार करायचाय.''

''आपल्याकडे आत्ता फक्त दोन तास आहेत हं! आशिषला पिक करण्यासाठी जायचंय.'' शशांकने अल्टिमेटम दिला. ''ॲडमिशन प्रोसेससाठी वेळ जाईल. सामान शिफ्ट करून आजीला सेटल करायलाही वेळ लागेल. हरी अप! काय ते लवकर ठरवा.''

''शशांका, असं नको रे अविवेकाने वागूस! असं राहण्याचं ठिकाण झटपट बदलता येत नाही. शर्वरीला विचार किती पोरं नाकारली तुला हो म्हणण्याआधी तिने? विचार करायला तिने तुझ्याकडूनही वेळ मागून घेतलाच की नाही? काय गं!'' आईंनी शर्वरीकडे पाहून प्रश्न केला. ती फक्त हसली.

''त्याचा इथे काय संबंध? आजी, तू पण ना!''

''संबंध कसा नाही? तिनेही तिचं बस्तान बदललं की नाही? मलाही विचार करायला वेळ हवा आहे, चांगला आठवडाभर!''

''मग आता?'' विभाने भीत भीत प्रश्न केला.

''आता काही नाही. आता परत फिरायचं. आणि घरी जाताना त्या रस्त्यातल्या बागेत जरा थांब रे शशांका. उरलेल्या दोन तासांतला तास तिथे घालवू, गाडीतल्या डब्यांचा समाचार घेऊ. एक दिवस कर माझ्याबरोबर पिकनिक. एवीतेवी बाहेर पडलेच आहे; होऊन जाऊ दे पिकनिक! म्हातारीची एवढी इच्छा पूर्ण करशील ना? म्हातारी कायमची घराबाहेर पडणार म्हटल्यावर कशी जोरात तयारी केली सगळ्यांनी! पण मी एक दिवस पिकनिकला ने म्हटलं, तर माझ्यासाठी वेळ नव्हता. मी काय खुळी वाटले का रे तुम्हा सगळ्यांना, नांदतं घर सोडून वृद्धाश्रमात जायला? म्हटलं होतं, तूच मला नेशील पिकनिकला. चल, बागेकडे वळव गाडी!''

यंत्रवत शर्वरीने सीटवर बसलेल्या आजींचे दोन्ही पाय धरून उजवीकडे वळवले, विभाला आपल्या दुखऱ्या कंबरेची अचानक जाणीव होऊन ती शेजारच्या बेंचवर मटकन बसली. वसंतराव मरगळलेल्या चेहऱ्याने तिला सांगत होते, ''घरी जाऊन एक कॉम्बिफ्लॅम घेऊन आराम कर.''

शशांकने काहीही न बोलता गाडी स्टार्ट केली.

चार तोंडं चार प्रकारे अचानक बंद झाली होती. बागेच्या दारात जाऊन उभ्या असलेल्या गाडीतून खिडकीची काच खाली करत आजी मात्र म्हणत होती, ''अहाहा! वाऱ्याची किती छान झुळूक आहे!''

❖